जंगल

कौशिक विद्याधर श्रोत्री

Made with ♥ on the Notion Press Platform
www.notionpress.com

अनुक्रमणिका

1

सुरवात

"चला...चला...."

आवाज येत होते.

"सगळे आले का...?"

"हो."

"थांबा...मी मोजतो...1.2.3.4...."

"सगळे आले आहेत."

संध्याकाळचे ४.०० वाजले होते.सर्वत्र ऊन जाणवत होते.आजूबाजूला बरीच गर्दी दिसत होती.एका बाजूला नदी होती आणि एका बाजूला शहर होते.नदीमध्ये मोठी बोट दिसत होती.

"आले का सगळे?"

"हो."

एकूण ३० जणं बोटीजवळ आलेले दिसत होते. त्यामध्ये १८ स्त्रिया आणि १२ पुरुष होते.

"सर्वांचे इथे हार्दिक स्वागत.मी जय.परिक्रमा संपेपर्यंत मी तुमच्याबरोबर असेन.मी मूळचा कोल्हापूरचा आहे. इथे अनेक वर्ष राहतो आंध्रामध्ये.जाण्यापूर्वी सर्वांनी लाईफ जॅकेट घाला."

जय मराठी आहे म्हंटल्यावर तिथे असलेले सर्व सुखावतात. तिथे असलेल्या सर्वांना लाईफ जॅकेटचे ट्रेनिंग जय देतो. त्यानंतर सगळे लाईफ जॅकेट घालतात.

जय,"निघूया.वेळ झाली आहे."

एक-एक जण बोटीत बसू लागतात.बोट मोठी असते.सर्व जण बसल्यावर बोट निघते.

"किती दिवस ह्या परिक्रमाची वाट बघत होते?"

"हो.सुरू झाली एकदाची."

बोटीत गप्पा सुरू होतात.

श्री.गुरुदेव दत्त...असा घोष करत सर्वजण कूच करतात. बोट जय चालवत असतो.हळूहळू बोट किनारा सोडते.किनारा दिसेनासा होतो.

जय,"तर...सर्वांना मी नियम सांगितले आहेत.आपण जंगलात जात आहोत.तिथे नियम पाळावे लागतील.आणि...एकत्र राहावे लागेल.जसे आपण शहरात राहतो तसे तिथे राहून चालणार नाही. ह्या तीन दिवसात.तसेच...मी अजूनही सांगतो...जर ऐनवेळेस कुणाला अडचण, त्रास वाटत असेल....ज्यांना जंगलात राहण्याची सवय नसेल. त्यांनी व्यंकटेश किनाराजवळ आल्यावर सांगा. कारण एकदा जंगलात गेल्यावर आपला तीन दिवस जगाशी संपर्क नसेल.तेव्हा काहीही करता येणार नाही."

कुणी काहीच बोलत नव्हते. सर्वजण फोटो काढण्यात मग्न होते.आजूबाजूला अजस्त्र झाडी दिसत होती. पक्षांचा चिवचिवाट ऐकू येत होता. तेवढ्यात बोटीत तरुण मुलगी कॅमेरामध्ये विडियो काढत होती.

"दिगंबरा दिगंबरा श्रीपाद वल्लभ दिगंबरा..."असा घोष करत सर्वजण आजूबाजूला बघत होते.

तेवढ्यात शिट्टीचा आवाज ऐकू येतो.तो ऐकून बोटीत असलेले सगळे दचकतात आणि कुजबूज सुरू होते.

"कुठून आवाज येतोय?"

तेवढ्यात जयला मोठी बोट दिसत होती. त्या बोटीत 5-6 पुरुष होते.प्रचंड काळेकुट्ट...आणि अजस्त्र तब्येत. त्यांची दाढी वाढलेली होती. त्यांनी धोतर नेसलेले होते. ती बोट हळूहळू जवळ येत होती.

जय,"कुणीही घाबरू नका.बघू कोण आहेत?"

हळूहळू ती बोट जयच्या समोर येते.

जय कुजबुजतो,"कुणी काहीही बोलू नका."

ती माणसं एक-एक करत प्रत्येकाकडे नजर देत होती. जय त्या माणसांशी तामिळमध्ये संभाषण करत होता. नंतर ती माणसे निघून गेली. ते गेल्यावर सगळे हुश...होतात.

स्त्रिया,"काय म्हणत होते ते जय?"

जय,"आपण कोण आहोत? कुठे निघालो आहोत? ते विचारत होते.मग मी सगळे सांगितले. त्यांचे म्हणणे होते की परत येताना लगेच निघा कारण पाऊस

असण्याची शक्यता आहे.''

स्त्रिया,"आम्ही घाबरलो होतो त्यांचा अवतार पाहून.''

जय,"तसे बघितले तर ह्यांना बघून घाबरायला होते.पण ते तरी काय करणार? तामिळ सिनेमाचे वील्लन दिसतात.चेन्नई एक्सप्रेसच्या सिनेमामधल्या थंगबली सारखे.अहो...इथली माणसं अशीच राहतात. दिसतात तशी पण आहेत प्रेमळ.''

जयच्या विनोदाने वातावरण परत हलके होते.

जय,"असे वातावरण आपल्याला परत बघायला मिळणार नाही.त्यामुळे हे तीन दिवस मनसोक्त जगा. हे दिवस परत येणार नाहीत. इथली शांतता..कसलाही त्रास नाही.फोन नाही.100% प्राणवायु आणि आजूबाजूचा निसर्ग.''

हळूहळू बोटीतल्या गप्पा कमी होतात आणि प्रत्येकजण शांतपणे एकएक क्षण डोळ्यात साठवू लागतो.एक-एक फोटो निघू लागतात.हवेत उडत असताना पक्षी दिसू लागतात. नदीच्या लाटांचा आवाज ऐकू येऊ लागतात. उडणारे पक्षी,ससा एक-एक करत दिसू लागतात.

जय,"अजून थोडा वेळ आहे.तोवर आपल्या ओळखी होतील.''

"हो.''

सगळे एक-मेकांची ओळख करून घेतात.तेवढ्यात तिथे 26 वर्षीय मुलगी कॅमेरा घेऊन शूट करत असताना दिसत होती. तिच्याजवळ 11 वर्षाचा मुलगा जातो आणि तिच्या कॅमेरामध्ये पाहू लागतो.

ती,"हाय!''

तो मुलगा तिच्याजवळ येऊन थांबतो.

तो,"माझे नाव आकाश.''

"मी पूजा.''

आकाश तिच्या कॅमेराकडे बघत असतो. तिला कळते की आकाशला कॅमेरा बघायचा आहे.

आकाश,"सगळे दिसते त्या कॅमेरा मध्ये.''

ती, "हो.बघणार.''

आकाश काही बोलत नाही.तो तिच्या आई-कडे पाहतो.पूजा त्याला कॅमेरा दाखवू लागते. कॅमेरा पाहून झाल्यावर आकाश त्याच्या आईजवळ जाऊन बसतो.

ती,"मी पूजा वाघ.पुण्याची.गेली 2 वर्ष विडियो-ब्लॉगिंग करत आहे.''

अर्चना,"म्हणजे नेमके काय असते?''

सगळ्या बायका पूजाकडे पाहू लागतात.

पूजा,"मला ब्लॉगिंगची आवड होती कॉलेजमध्ये असल्यापासून. मेकॅनिकल इंजीनीरिंग पूर्ण झाल्यावर मी पुण्यातच नोकरी करत होते. मला काहीतरी वेगळे करायचे होते. म्हणून मी कॅमेरा घेतला आणि आवड म्हणून फिरू लागले. जाईल तिथे विडियो काढून अपलोड करू लागले. हळूहळू मला यूट्यूब आणि इनस्टा वर प्रतिक्रिया येऊ लागल्या. मग मी नोकरी सोडली आणि ह्यातच पूर्ण वेळ आले."

सगळे ऐकत होते.

संजय,"आपल्या आवडीच्या क्षेत्रात काम करणे म्हणजे नशीब लागते."

विजय,"मला कौतुक वाटते पुजा तुमचे.कारण तुम्ही तुमचे आवडीचे काम करत आहात. तशी संधी सध्या कुणाला मिळत नाही."

पूजा,"मला घरातून विरोध झाला.आईचा विरोध होता.पण मला बाबांनी खूप सपोर्ट केला.तसे हे अनिश्चित क्षेत्र आहे. पण मला हयातच पडायचे होते."

जय,"अमेझिंग."

सगळ्यांच्या गप्पा चालू होत्या.

अखेर व्यंकटेश किनारा दिसू लागतो. बोट थांबते. विजय आकाशाकडे पाहतो.

विजय,"काय मस्त वातावरण आहे...!!!"

तेवढ्यात पूजाचे आकाशात लक्ष जाते.तिचा कॅमेरा बंद असतो.

पूजा,"खूप मस्त.एवढे की.... मी फोटो काढायचे विसरले."

एक-एक करत सगळे उतरत होते. सर्वांच्या गप्पा सुरु होत्या.

जय,"सगळे आले का?"

तेवढ्यात जयला दिसते की काही जेंट्स आणि लेडीज बोटीतून बाहेर येत नाहीत.तो लगेच बोटीकडे जातो.

जय,"काय झाले?"

लेडीज,"तुम्ही म्हणाला होता. व्यंकटेश किनारा आल्यावर सांगा.आम्ही नाही येऊ शकत पुढे."

जय," पण का? तशी काही अडचण येणार नाही.आपण एकत्र राहायचे आहे.समुहामध्ये.काळजी करू नका.जंगलात इथे खूप परिक्रमा झाल्या आहेत.इथे सगळे सेफ आहात."

लेडीज,"नको.दादा.आम्ही जातो.माघारी.कदाचित आमचा इथे पर्यंतच योग आहे. इथवर आलो. आमची परीक्रमा पूर्ण झाली. आम्ही दत्त महाराजांना इथूनच नमस्कार करतो."

सगळे जंगलाकडे पाहून नमस्कार करतात आणि त्यांच्याकडे असलेले फुलं आणि नारळ नदीत सोडतात. सगळ्यांच्या डोळ्यातून पाणी येऊ लागते.

जय,"माझी इच्छा आहे सर्वांनी यावे.पण ठीक आहे.जशी तुमची इच्छा. तुम्ही परत माघारी जा.जाताना इथून एक माणूस तुम्हाला घेऊन जाईल."

जय तिथून् बाहेर पडतो आणि तिथे जवळ असलेल्या एका टेंट मध्ये जातो आणि बाहेर येतो.त्याच्याबरोबर अजून एक माणूस येतो.तो त्या बोटीत बसतो.जय तिथे बाकीच्या लोकांना विचारतो.

जय,"कुणाला माघारी निघायचे असेल तर आत्ताच सांगा.कारण इथून पुढे परिक्रमा सुरू होणार आहे उद्या.परत नंतर तक्रार करून काहीही उपयोग होणार नाही."

कुणी काहीच बोलत नाही. कुणालाही माघारी जायचे नसते. जय त्याच्या बरोबर असलेल्या माणसाला पुढे जाण्यासाठी खुणावतो. संध्याकाळचे ५.५५ वाजलेले असतात. बोट तिथून निघते. १२ प्रवासी माघारी जातात. त्यांचा सगळे निरोप घेतात.

वृशाली," इथवर आले पण पुढे का आले नाहीत?"

अर्चना,"कळत नाही."

जय,"लक्षात ठेवा.स्वामींची इच्छा."

कुणी काहीच बोलत नाही.

जय,"आपण १८ जणं इथून पुढे तीन दिवस एकत्र असणार आहोत.इथून रोज संध्याकाळी बोट निघते आणि सकाळी १०.०० वाजता इथे परत माघारी येते."

विजय,"म्हणजे आत्ता इथे बोट येणार नाही."

जय,"नाही.रात्री इथे बोटीतून प्रवास करत नाही कुणी."

सगळे जयकडे शांतपणे बघत ऐकत असतात.

जय,"आपण आज इथे राहणार आहोत.इथे टेंटमध्ये खोल्या आहेत. त्या पुण्यातल्या संस्थेतर्फे चालवल्या जातात.त्या नीटनेटक्या आहेत.म्हणून आज रात्री अडचण येणार नाही.परत मी सर्व काही सांगतो.मेणबत्तीच्या प्रकाशात आपल्याला रात्र काढावी लागणार आहे.इथे बरेच जण पहिल्यांदा आलेले आहेत.रात्री झोपताना कदाचित झोप येणार नाही. सर्वांना वाटेल की प्राणी येतील. मी सर्वांना आश्वस्त करतो की जंगलात प्राण्यांच्या वाटेला गेल्याशिवाय ते आपल्या वाटेला येत नाहीत. रात्री निर्धास्त रहा. रात्री कुठलाच प्राणी कसलीही इजा करत नाही. माणसांचा ग्रुप असल्यावर तर कुणी जवळही येत नाही.रात्री डासांना मारण्यासाठी प्रत्येकाने स्वतःबरोबर रॅकेट आणली आहे.ती शेजारी ठेवा.टेंटमध्ये पिण्याच्या पाण्याची व्यवस्था आहे.मी ह्या परिक्रमेत सर्वांना सुखरूप जंगलातून सफर करून आणणार आहे.फक्त माझी अपेक्षा आहे की सर्वांनी मनसोक्त आनंद

घ्या.माझ्या सूचना ऐका आणि....जेव्हा तुम्ही घरी जाल तेव्हा तुम्हाला सांगण्यासाठी अनेक वर्ष पुरणार नाहीत.अशी ही परिक्रमा आहे.आणि...आपल्या पाठीशी स्वामी आहेतच.अजून एक....मी इथे खूप वेळेस येतोय.आपण तीन दिवस समुहामध्ये राहायचे आहे.जे काय करायचे आहे ते एकत्र करायचे आहे.एकटे-एकटे नाही.कारण हे शहर नाही.जंगल आहे.इथे फिरत असताना पुढे मागे लक्ष असू द्या.कुठेही दगड मारू नका.प्रत्येकाच्या हातात काठी असणे गरजेचे आहे.मी सर्वात पुढे असेन.माझ्या मागे सर्वांनी या.कारण माझ्यावर सर्वांची जबाबदारी आहे.दुसरे....इथे अजिबात कसलीही संसारीक भांडणं चालणार नाहीत.येत्या तीन दिवसात आपली एक-मेकांची ओळख होईल. कुणी जर मला इथे भांडलेले दिसले तर त्याला मी जंगलात सोडणार.''

जयच्या वाक्यावर सगळे हसू लागतात.

पूजा "तशी वेळ येणार नाही.''

जय,"अजून एक महत्वाचे. हे जंगल आहे. इथे आपली वाट आपणच शोधायची.कारण इथे चकवा वर चकवा होतो. मी डोळ्यांनी पाहिले आहे.म्हणून आजूबाजूच्या पाऊलखुणा बघत जा.पुढे उपयोगाला येतात. जेव्हा व्यक्ति वाट चुकते.''

"वाट चुकते....''

"रस्ता चुकतो.?''

आकाशची आई वृशाली जयला विचारते.

जय,"वाट सोडून भलतीकडेच गेले की चुकती वाट.''

विजय,"वाट चुकते....?''

जय,"खूप वेळेस.मग त्या व्यक्तिला शोधणे कठीण काम होते.म्हणून कुणीही वाट सोडून भलते काही करायला जाऊ नका.इथे आपण प्राण्यांच्या, वाघाच्या घरात आलोय.त्याला त्रास न देता आपल्याला इथे राहायचे आहे.''

विजय,"इथे प्राणी..''

जय,"तुम्ही नाव काढा.ते प्राणी आहेत.इथे.''

सर्वांच्या गप्पा रंगल्या होत्या. रात्रीचे सात वाजले होते.

जय,"सर्वांनी आपआपले सामान घ्या आणि टेंटमध्ये या.रात्रीचे जेवण आहे इथे आपल्याला.टेंटमध्ये पाली असतील आणि काही लहान प्राणी असतील. घाबरू नका.''

सगळे जण आपआपले सामान घेऊन टेंटमध्ये जातात. रातकिड्यांचा आवाज ऐकू येत असतो.कु...कु...असा मधूनच आवाज येत असतो.पाली फिरताना दिसत

असतात.

"असा अनुभव कधी मिळणार नाही."

"हे तीन दिवस नक्की लक्षात राहणार."

ग्रुपमध्ये गप्पा सुरू होत्या.

टेंटमध्ये ६८ वर्षाची व्यक्ति राहत होती. ती तिथे देखभाल करत होती.

जय,"कसे आहेत काका?"

काका,"मी.मस्त. निसर्गाला वाहून घेतलेले माणूस."

त्या व्यक्तिला सर्वजण "काका" म्हणत होते. जय काकांना नमस्कार करतो. त्याचे बघून इतर सगळे देखील नमस्कार करतात.

काका,"या.सर्वांनी बसून घ्या."

सगळे बसतात.मेणबतीचा प्रकाश दिसत असतो. काकांची चपळता पाहून सर्वजण चकित होतात.काही लेडीजना काकांची चपळता पाहून कामाचे स्पुरण चढते.टेंटमध्ये काही जणांचे मोबाइलचे टॉर्च सुरू होतात. काही जणांच्या हातात असलेल्या बॅटरी सुरू होते.आकाश मोबाइलवर गेम खेळत होता. तो गेम खेळत असताना त्याची आई फोन काढून घेते.

"किती फोन-फोन आकाश....?"

आकाशची आई त्याच्यावर रागावते.आकाशचा चेहरा पडतो.

काका,"रागावू नका त्याला.तो लहान आहे."

आकाशची आई काकांकडे पाहून स्मितहास्य करते.

आकाश,"मी लहान नाही."

तिथे असलेले सगळे हसू लागतात.

काका,"इथे तुला आई घेऊन आली ना...."

आकाश,"ती का आणेल. माझा मी आलोय."

परत सगळे हसू लागतात.

"भलतेच आगाऊ दिसत आहे."

ग्रुप मध्ये कुजबुज सुरू होते.

काका,"इथे काय आवडते रे?"

आकाश,"फिरायला आवडते मला."

काका,"आणि अभ्यास...."

आकाश नाक मुरडतो.

आकाशची आई,"तुम्हाला मराठी खूप छान येते."

काका,"मला सर्व भाषा येतात.मराठी, तामिळ, तेलगू, कन्नड, गुजराती."

सगळ्या बायका ऐकतच राहतात.

"मी इथेच असतो.वाहून घेतले आहे मी महाराजांच्या सेवेसाठी."

"किती वर्ष झाली?"

"१० वर्ष."

ऐकून सर्वजण चकित होतात.

"तुमचे कुटुंब."

"हेच माझे कुटुंब.जंगल आणि प्राणी पक्षी."

सगळे ऐकत असतात.

"माझे मूळ सोलापूर.तिथून मी फिरत फिरत इथे आलो.निसर्गात.इथे मी दर्शनासाठी जे भाविक येतात त्यांची देखभाल करतो.हे टेंट पुण्यातील काही संस्था चालवतात.काही आंध्रातील संस्था देखील चालवतात."

"इथे रोज भाजी...पाणी..."

"ताई.आपण निसर्गात आहोत.इथे कसलीच कमतरता नाही.आपल्याजवळ दत्त महाराज आहेत.काळजी करू नका."

सगळेजण वाक्य ऐकून सुखावतात आणि "गुरुदेव दत्त" असा घोष करतात.

विजय,"काका.खरे सांगतो.तुमची ह्या वयात चपळता पाहून आम्हाला स्वतः उत्साह येत आहे."

हे वाक्य ऐकल्यावर काका हसतात. तेवढ्यात आवाज येतो.

कु...कु...ह...

आकाश,"हा आवाज कसला आहे?"

काका,"तुला भरपूर पक्षी बघायला मिळणार आहेत.एंजॉय."

आकाश खुश होतो.

काका,"भुक लागली."

आकाश,"हो."

"सर्वांना भूक लागली आहे.आपण जेवण झाल्यावर भरपूर गप्पा मारू."

सगळे एकत्र जेवायला बसले. पूजा सर्वांचे विडिओ शूट करत होती. जेवताना आमटी आणि भात आणि लोणचे असा मेनू होता. काका सर्वांना आग्रह करून वाढत होते. सगळे भरपेट जेवत होते. नंतर काका जेवायला बसले.

जेवल्यावर सर्व जण फ्रेश होतात. मेणबत्तीच्या प्रकाशात सगळे एकत्र दिसत होते. सर्वजण आपल्यापरीने काकांना मदत करत असतात. टेंटमध्ये पिण्याचे पाणी असते. प्रमिलाताई ते पिण्यासाठी जातात.

"अहं...काय भारी चव आहे.पाण्याची."

“अहो...प्रमिला ताई. हे पाणी नैसर्गिक आहे. तुम्हाला चव वेगळी लागणारच. तुम्ही प्या पाणी.आपल्याकडे पाण्याची कमतरता नाही.”

सगळ्यांचे जेवण होते.

काका,“कसे होते जेवण?”

वृशाली,“खूप मस्त.असे सात्विक जेवण आम्हाला नाही मिळत शहरात.”

संजय,“हे जेवण मी कधीच विसरणार नाही.”

तेवढ्यात आकाश फोन घेतो आणि गेम खेळत बसतो.

वृशाली(आकाशची आई),“किती ते...”

ती मोबाइल काढून घेते. काका आणि सगळे पाहत असतात.

काका,“किती त्रास देतोस आईला?”

आकाश,“कुणाला?”

काका,“आईला.”

आकाश,“(आईकडे पाहत)ह्यांना... मी ओळखत नाही.”

आकाश जोरात हसू लागतो.त्याची आई पण हसू लागते आणि त्याला फटका मारते.

विजय,“तुला माहिती आहे इथे वाघ आहेत.फार दंगा करू नकोस.”

आकाश,“खरंच का?”

सगळे बघत असतात.

विजय वाघाचा आवाज काढतो.आकाश अजिबात घाबरत नाही.

आकाश,“काका. एवढ्या हळू वाघ ओरडतो.”

आकाश हसू लागतो.बाकीचे पण हसू लागतात.

संजय,“काहीही म्हणा.आकाश ने एनर्जि आणली.मज्जा येईल तीन दिवस.”

संजय आणि आकाश शेक-हँड करतात. तिथे पूजा कॅमेरा घेऊन बसलेली होती. तिच्याकडे सगळ्या बायकांचे लक्ष जाते.

अर्चना,”पूजा.तुझे काम आम्हाला सगळ्यांना वेगळे वाटत आहे.कसले ही बंधन नाही.”

पूजा,”माझी हीच आवड होती. वेगळे काहीतरी करणे. तेच तेच करण्यात मला जराही रस नव्हता. म्हणजे बघा ना...मी इंजीनीरिंग करून नोकरी करून घरी सांगितले की मला आत्ता माझ्या आवडीचे काम करायचे आहे.तिथून सुरवात केली. विरोध झाला सुरवातीला...पण मी मागे हटले नाही.”

वृशाली,”म्हणजे तू यू-ट्यूबवर पोस्ट करतेस का?”

पूजा,”हो.”

जय,"म्हणजे आपली पूर्ण ट्रीप पूजा शूट करणार."

पूजा,"शूट करून अपलोड करेन.इथे येणे माझे स्वप्न होते."

प्रमिला,"हा निर्णय घेताना तुला त्रास झाला का? कारण असे स्वतःला वाटेल त्यातच काम करणे अवघड आहे."

पूजा,"अवघड होता.पण मला जे आवडेल तेच करायचे होते.घेतला निर्णय.मागे फिरले नाही."

जय,"कदाचित असे होईल.तुझा विडियो जास्त हिट्स घेईल इथला कर्दळीवनाचा."

पूजा स्मितहास्य करते.

पूजा," होप सो."

काका,"कसे होते जेवण?"

"मस्त.खूप मस्त."

आकाश,"रात्री झोप लागेल का आई?"

"बाळ.लागेल.आपोआप.काळजी नको करू.असे वातावरण शहरात नसते.म्हणून तुला असे वाटत आहे."

आकाशची आई,"हो.काका.बरोबर आहे.लागेल झोप."

आकाशच्या आणि काकांच्या गप्पा रंगतात.

काका,"काही गोष्टी मला सर्वांना सांगायच्या आहेत."

जय,"सर्वांनी इकडे लक्ष द्या."

लेडीज ग्रुप शांत होतो आणि काकांच्या बोलण्याकडे लक्ष देतो.

"उद्यापासून तुम्ही दोन रात्र जंगलात असणार आहात.उद्याची रात्र आणि पर्वा.तेरवा तुम्ही परत इथे येणार आहात.काही गोष्टी लक्षात ठेवा.हे जंगल जसे दत्त महाराजांसाठी प्रसिद्ध आहे तसेच....रात्रीच्या अज्ञात प्राण्यांसाठी देखील..."

विजय,"अज्ञात प्राणी...?"

काका,"अहो.आपण.माणूस.हो.इथे भरपूर वनस्पति आहेत;खनिज आहेत.म्हणून इथे अज्ञात प्राणी खूप असतील. त्यांच्यापासून तुम्ही सावध रहावा. एकत्र फिरा. एकटे-एकटे फिरू नका. त्याचबरोबर इथे तुम्हाला निसर्गाशी सामना देखील करावा लागेल. कधीही पाऊस पडतो इथे. मधूनच हवेत धूळ उडते. म्हणून तुम्हाला आधीच सांगितलं. इथे प्राणी वाटेला जात नाहीत. त्यामुळे तुम्ही निश्चित राहावा. उद्या तुम्ही गुहेत राहणार आहात. तिथे स्वतःच्या सतरंज्या वापरा. आणि...झोपताना सगळे एकत्र झोपू नका. ग्रुप करा. म्हणजे लक्ष ठेवायला सोपे राहील.बरे रहील.आणि...बाई..."

काका आकाशच्या आईकडे पाहतात.

"तुमचा चिरंजीव.जरा जास्त धीट आहे.त्याला सांभाळा.''

"हो.काका.''

"आणि...काही अडचण असेल तर जय आहे तुमच्याबरोबर.त्याला इथला रस्ता तोंडपाठ आहे.''

सगळ्यांच्या गप्पा चालू असतात...आणि काहीवेळाने संपतात.

"आणि...हो.सर्वांनी सोने...वगरे घातलेले नसेल.''

"नाही.नाही.''

"ठीक आहे.सर्वांनी औषध आणले आहे का...?''

"हो.आहेत.''

"आणि..हो...तुमच्यापेकी आज बरेच जण इथे नवीन असतील.रात्री तुम्हाला शांततेची भीती वाटेल.उद्या देखील वाटेल.कसली काळजी करू नका.मी सर्वांना आश्वस्त करतो.''

"तुमच्या बोलण्याने आम्हाला सर्वांना खूप हुरूप आला आहे.आम्ही दत्त परिक्रमाबद्दल खूप दिवस झाले ऐकत होतो. चर्चा करत होतो.ती अवघड आहे ते देखील ऐकले होते.येताना आमच्या बरोबर असलेला ग्रुप...''

आकाशची आई घडलेला प्रसंग सांगते. तो ऐकून काका काही बोलत नाहीत.

"तुमच्या नशिबात आहे परिक्रमा.एवढेच मी सांगेन.''

जय,"सर्वांची झोपण्याची व्यवस्था झालेली आहे.इथे तीन टेंट आहेत. दोन टेंट मध्ये सर्व स्त्रिया जा.आम्ही पुरुषमंडळी इथे एकत्र. राहू.''

लेडीज,"चालेल.''

जय,"आज शांतपणे सर्वांनी झोपा.उद्या आपल्याला खूप चालायचे आहे.''

सर्व लेडीज आवरतात आणि टेंटमध्ये जातात. तिथे जय जातो.आणि...नजर टाकून परत येतो. त्या गेल्यावर सर्व जेंट्स एकत्र झोपतात.

विजय,"काका.जंगल केवढे असेल....''

"उद्या पहा की.कळेल.''

'तरी पण...''

"तीस किलोमीटर पसरलेले आहे.''

"मोठे आहे.''

"हो.''

"खूप मोठे आहे जंगल.जेवढे पुढे जाल तेवढे ते वाढतच जाते.मी अंदाज सांगितला तुम्हाला.''

विजय ऐकत असतात.

"अजून एक. इथे सकाळी तुम्हाला चालत असताना रस्त्यावर वाघाचे पाय दिसतील.त्या वाटेला जाऊ नका.जय तुम्हाला हयाबद्दल सांगेलच.जवळ काठी ठेवा; कामाला येईल. तसेच रात्री साडेसहा नंतर जंगलात फिरू नका.जिथे असाल तिथे राहण्याची व्यवस्था करा.तेवढी काळजी घ्या; बाकीचे दत्त महाराजांवर सोडून द्या.ते परिक्रमा पूर्ण करून घेतात."

विजय ऐकत असतात.

"जास्त विचार करू नका विजयराव."

"नाही. नाही."

"दिगंबरा दिगंबरा श्रीपाद वल्लभ दिगंबरा..."

असा एक मोठा घोष होतो आणि सर्वजण झोपी जातात.

2

पहिला दिवस

"ओम....ओम...."

ओंकार स्वर कानावर पडत होते.पक्षांचा चिवचिवाट ऐकू येत होता.नदीच्या लाटांचा आवाज ऐकू येत होता. सकाळचे 6.45 वाजलेले होते.काका ध्यानात मग्न झालेले होते.ओम....चा स्वर गुंजत होता. आकाशात विमान उडताना दिसत होते. लांबून ससा पळताना दिसत होता. नदीजवळ हालचाल जाणवत होती. काका ध्यानात पूर्ण मग्न झालेले होते.

थोडा वेळात आकाश उठतो आणि तो त्याच्या आईजवळ येऊन बसतो. सर्व जेंट्स उठतात.त्याचबरोबर सर्व लेडीज देखील उठतात.सूर्याची किरणे पडायला सुरवात झालेली असते.काकांची ध्यानधारणा पाहून सगळे ध्यानाला बसतात. सुमारे पंधरा मिनिटे सर्वजण ध्यानमग्न होतात.

सकाळचे सात वाजतात.काका डोळे उघडतात.

"झाली का झोप सर्वांची?"

"आमची झोप कधीच झाली.तुम्हाला ध्यान करताना पाहिले.म्हणून आम्ही पण आलो.सगळे."

काका स्मितहास्य करतात.

"कसे वाटले ध्यान करून सर्वांना."

विजय,"Magic...जादू होती.एवढे शांत....आम्हाला कधीच वाटले नाही.काका.तुम्ही एवढे ओले..."

काका,"ते मी नदीत जातो सकाळी उठून.कोवळे ऊन मिळते."

सगळे ऐकून चकित होतात.

अजय,"एवढी शांतता... मला देखील कधीच मिळाली नाही.नेमके काय होते हे आत्ताचे ध्यान...असे वाटत होते की कसलीतर हुरहुर..."

काका,"तुम्ही सगळे इथे नवीन आहात.आणि...अशा शांततेत ध्यान करायला सहजासहजी मिळत नाही.तुम्ही ध्यान करता तेव्हा स्वतःच्या अंतरंगात जाता. रोज करा असे ध्यान मग पहा चमत्कार."

आकाशची आई,"आम्हाला खुप असे शांत शांत वाटत आहे. कसलीही गडबड नाही. नाही तर रोज असे कुठे मिळते? रोज सकाळी उठलो की असती आम्हा बायकांची धडपड..डबा..शाळा..आवाराआवर..."

काका,"म्हणून तर तुम्ही सर्वजण इथे आला आहात. वेगळा अनुभव घ्यायला."

विजय,"काका.असा वेगळाच आनंद वाटत आहे.कसला ते नाही समजत."

काका,"विजयराव.आनंद घ्या.जास्त विचार करू नका.ह्या परिक्रमेत तुम्ही जात असताना तुम्हाला सर्वांना स्वतःची खूप नव्याने ओळख होईल.तुमचे असंख्य प्रश्न सुटतील."

सगळे काकांकडे लक्ष देवून ऐकत असतात.

जय,"७.२० वाजले आहेत.सर्वांनी आवरून घ्या.आपल्याला ९.०० वाजता निघायचे आहे.आज खूप चालायचे आहे सर्वांना."

वृशाली,"आकाश कुठे गेला?"

तेवढ्यात विजयचे लक्षं बाहेर जाते.वृशालीताई बाहेर पळत पळत जातात. बरोबर पूजा येते.नदीवर आकाश उभा राहून पाण्यात दगड मारत असतो.

वृशालीताई,"आवरून बाहेर पडायचे आहे.चल.गुड बॉय."

आकाश,"इथे मला थांबायचे आहे."

पूजा,"तुला खूप मज्जा येणार आहे.आज पासून.चल. खूप फिरायचे आहे आपल्याला"

आकाश पुजाकडे पाहतो.

"तुझा कॅमेरा मला पाहायला देणार."

पूजा,"हो."

आकाश हसतो आणि त्याच्या आईबरोबर आणि पूजाबरोबर जातो.

लांबून सगळे पाहत असतात.

आकाशची आई,"आम्ही आवरतो."

जयचे ऐकून सगळे आवरू लागतात.सर्वप्रथम लेडीज आवरतात नंतर जेंट्स.

सकाळचे ९.००:-

जय,“सर्वांचा पोटभर नाश्ता झाला आहे का?”

आकाश,“हो.काका.”

विजय,“हो.”

जय,“वाटेत कुणाला भूक लागली तर हलका आहार खा बदाम, खजूर. आत्ता सर्वांनी आपआपले सामान घ्या.”

वृशाली,“तू जशी आमची काळजी घेतोस तशी स्वतःची पण घे.”

जय स्मितहास्य करतो.

जय,“मी पोट भरून खावून घेतलो.आकाश ने खाल्ले का?”

वृशाली,“हो.आईचा मार.”

सगळे जोरात हसतात.

जय,“बोअर होत आहे का?”

आकाश,“आत्ता नाही.”

जय,“होणार नाही.आत्ता तुला खूप प्राणी आणि पक्षी बघायला मिळणार आहेत.फक्त आईचा हात सोडायचा नाही.”

आकाश,“नाही सोडणार.”

जय,“सर्वांनी वाटेत्त भूक लागली तर ड्राय-फ्रूट्स ठेवा.”

१८ जण आपआपले सामान आणि हातात काठी, पाठीला अंथरूण आणि पिशवी घेत होते.

जय,“प्रत्येकाने हलके कपडे घाला.जास्त टाईट नको.जवळ दोन पाण्याच्या बाटल्या ठेवा.आपल्याला वाटेत प्यायला भरपूर पाणी मिळणार आहे.आणि...पायात सॉक्स आणि बूट घ्या.आणि...छत्री पिशवीत ठेवा.”

विजय,“ छत्री लागेल का...कारण मी पुढचे दहा दिवसांचे तापमान पाहिले होते.पावसाचे लक्षण नाही.”

जय,“बरोबर ठेवा.इथे काहीही होते.”

सगळा ग्रुप आवरतो आणि एक-एक करत सगळे बाहेर पडू लागतात.

“काका.निघतो.”

सर्व लेडीज तिथे असलेल्या काकांचा निरोप घेतात.जाताना त्यांना सर्वजण नमस्कार करतात.

काका,“गुरुदेव दत्त.सर्वकाश जा.नीट जा.आकाश.कुठेही पळापळी करायची नाही.जशी सकाळी केलीस नदीवर.”

आकाश काही बोलत नाही. तो त्याच्या आईजवळ असतो.

आकाशची आई,“माझे लक्ष असेल.तो काही नाही करणार.”

काका,“काही लागले तर तुम्हाला मार्गदर्शन करायला जय आहेच.फक्त जाताना त्याच्या मागे सर्वांनी जा.एक-मेकांच्या संपर्कात राहावा.आणि...जाताना येताना दत्त नामाचा गजर करत जा.”

तिथे टेंटमध्ये दत्त महाराजांचा फोटो असतो.त्याला सर्वजण नमस्कार करतात आणि निघतात.

“अवधूत चिंतन श्री.गुरुदेव दत्त.”

असा मोठा घोष करून सगळे एक-एक असे निघतात. सकाळच्या ९.०० च्या सुमारास सगळे बाहेर पडतात.

“ऊन फार दिसत नाही.”

“लवकर बाहेर पडतोय.आजचा दिवस छान जाणार आहे.”

टेंटपासून मोठा चढ असतो.तिथून बाहेर पडल्यावर जंगलात जाण्यासाठी मोठा रस्ता दिसू लागतो.

“सर्वांनी पुढे या...”

जय सर्वांना एकत्र गोल उभे करतो.

जय,“तर...अखेर आपली परिक्रमा सुरू होत आहे.”

सगळे ऐकत असतात.

“इथून आपण मुख्य जंगलात जात आहोत.सर्वांनी टोपी घातलेली आहे.सर्वांच्या हातात काठ्या आहेत.पुन्हा एकदा सांगतो; मी पुढे असणार आहे.माझ्या मागे सर्वांनी राहायचे आहे.इथे जाताना तुम्हाला काही खुणा दिसतील..उदाहरण झाडाला लावलेले कापड....खुणा...नदी...हयाकडे लक्ष देत चला.जाताना फार मोठयाने बोलू नका.आवाज हळुवार असावा.आणि...नजर सगळीकडे असावी.तुम्हाला जाताना वारूळ दिसतील...तसेच माकड दिसेल...नाग दिसेल...साप दिसेल...तेव्हा काहीही करू नका.शांतपणे चालत रहा.वारुळावर काठी मारणे...दगड मारणे...टाळा...आकाशच्या आई.आकाशकडे लक्ष द्या.”

आकाशच्या आई,“हो.तो तसे काही करणार नाही.आकाश.”

आकाश,“नाही.”

जय,“जाताना दत्त नामाचा अखंड गजर चालू ठेवत आपण जायचे आहे.लक्षात ठेवा की जंगलात आल्यावर आपण आलो ह्याची प्राण्यांना जाणीव झालेली असते. आपल्यावर त्यांचे लक्ष असते.त्यामुळे त्यांना कुठेही त्रास न देता आपल्याला पुढे जायचे आहे.हे सर्वांनी लक्षात ठेवा.”

सगळे शांतपणे ऐकत होते.

जय,“वाटेत चालताना काही अडचण वाटल्यास मला हाक मारा.”

सगळे होकार देतात.

तेवढ्यात अचानक आवाज येतो.तो ऐकून सगळे दचकतात.

जय,"हा पानांचा सळसळ असा आवाज आहे.असे आवाज येत राहणार.सर्वांनी सवय करून घ्या.तीन दिवस.निघूया?"

विजय,"हो."

"चला.दिगंबरा दिगंबरा श्रीपाद वल्लभ दिगंबरा...."

एक-एक करत सगळे असे १८ लोकांचा समूह पुढे चालू लागतात.

"दिगंबरा दिगंबरा श्रीपाद वल्लभ दिगंबरा...."

असा दत्तनामाचा गजर चालू असतो.

"इथे वनस्पति आणि झाडे खूप आहेत."

"आणि...झाडं देखील विविधप्रकारची दिसत आहेत."

"काका म्हणत होते...त्यामुळेच...इथे वनस्पति आणि खनिज आहेत.म्हणून अज्ञात मनुष्य प्राणी इथे असतील."

चालत असताना गप्पा चालू होत्या.कुणी फोटो काढत होते...तर कुणी विडियो....असे करत प्रत्येकजण परिक्रमेत मग्न झालेले होते.

"औदुंबराचे झाड...बघा...."

चालत चालत आजूबाजूला असलेल्या झाडांवर सर्वांचे लक्ष जात होते.

"किती वर्ष जुने आहे ते?"

"१५० वर्ष..."

"एवढे जुने..."

पूजा,"Amazing. असे झाड शहरात असेल तर उकाडा फिरकणार पण नाही.किती मस्त वाटत आहे."

पूजा विडियो काढत असते.

"आई...ग...."

चालत असताना विमलाताई ओरडतात.

"काय झाले?"

जय पळत पळत येतो.

"पायात गोळे...."

विमलाताई थोडावेळ तशाच थांबतात. तिथे दगड असतो.तिथे त्या बसतात. सगळा ग्रुप तिथे थांबतो.

जय,"ताई.एक मिनिट."

जय त्याच्या बागेतून काहीतरी काढतो. आणि...ते विमलाताईना पायावर फिरवायला सांगतो.लगेच त्यांना बरे वाटू लागते.

"काय आहे हे?"

जय,"आयुर्वेद."

"म्हणजे तुम्ही...?"

जय स्मितहास्य करतो.

"कमाल आहे जय.सकाळी तुम्ही स्वयंपाघरात होता.एवढा मस्त नाश्ता केला.आम्हाला एवढे चांगले गाईड करत आहात.तुम्ही ऑल-राउंडर आहात."

जय स्मितहास्य करतो.

"मी खूप परिक्रमा केल्या आहेत.पुरेपूर अनुभव आहे.म्हणून पूर्व-तयारीने मी असतो.कुणाला काही लागले तर मला सांगा."

सगळे मान डोलवतात. थोडा वेळ सगळे तिथे असलेल्या झाडाखाली बसतात.

जय,"मला आश्चर्य वाटत आहे.म्हणजे अप्रूप.आकाश जंगलात आल्यापासून काहीही दंगा करत नाही."

सगळे आकाश कडे पाहतात.

आकाशची आई," तसा तो ऐकतो.पण खोड्या जास्त काढतो."

पूजा,"तो लहान आहे."

आकाश,"मी लहान नाही."

सगळे परत हसतात.

आकाश,"पूजा दीदी.मला कॅमेरा दाखव ना."

आकाश तिच्याजवळ जातो आणि कॅमेरा धरतो.तो त्याला जड वाटतो.

आकाश,"नको.मम्मी कावेल"

पूजा,"काय कावेल!.....?"

आकाशची आई,"म्हणजे मार देईल."

पूजा आणि इतर सगळे परत हसतात.

थोडावेळ सगळे तिथे थांबतात आणि परत चालू लागतात.

"दिगंबरा...दिगंबरा.."असा गजर पुन्हा सुरू होतो.

अर्धा तास होतो.सगळे अखंड चालत होते. सकाळचे ११.०० वाजलेले होते.

तेवढ्यात आवाज येतो.

"कसला आवाज येतोय...."

कुजबूज सुरू होते. परत आवाज ऐकू येतो.

जय,"पुढे पाण्याचा झरा आहे.त्याचा आवाज आहे."

जयचे ऐकून दोन-तीन लेडीज निश्चिंत होतात आणि परत चालू लागतात. वाटेत मोठे वारूळ दिसत होते. मोठे ४० फुट उंच झाड दिसत होते. सगळे एक-एक बघत पुढे जात होते. वाटेत परत आवाज येतो.

"ची...ची..."

आवाज वाढतो.

"ची...ची..."

चालत असताना वाटेवर १०-१२ माकडांचा समूह झाडांवर दिसत होता.

"चला.थांबू नका."

जयचे ऐकून सगळे चालत राहतात.चालत असताना परत कुजबूज सुरू होते.

"कमाल आहे.आपल्याकडे खाद्यपदार्थ असून देखील एकही माकड खाली आले नाही.आपल्यावर दत्त महाराजांची कृपा आहे."

"अहो...त्यांची आहेच...रामाची पण आहे.राम...हनुमान..."

"हो...हो..."

विजय,"आश्चर्य वाटत आहे.आपल्याकडे खाद्यपदार्थ होते तरीही एकही माकड आले नाही खाली."

जय,"दत्ता महाराजांची कृपा आणि आदेश.इथे प्राणी त्रास देत नाहीत."

सगळ्या लेडीज नमस्कार करत पुढे चालत होत्या. बरेच अंतर चालून झाल्यावर एक ठिकाण दिसते. तिथे सगळे थांबतात.

जय,"ते पहा."

तिथून मोठी दरी दिसत होती.तिथे नदीदेखील दिसत होती.

"ती...पाताळ गंगा... अजून आपल्याला बरेच किलोमीटर चालायचे आहे.ते पहा."

सगळे पाहतात. त्याचे लगेच फोटो सगळे काढू लागतात.एकापाठोपाठ एक.

पूजा, "व्हॉट ए विव्ह!." लगेच ती फोटो काढते. नंतर ती विडियो काढू लागते.

"आकाश.मजा येत आहे ना...!"

आकाशची आई," हो. तो परिक्रमा चालू झाल्यापासून शांत झालाय.माझा हात अजिबात सोडत नाही."

आकाश स्मितहास्य करतो.

सगळे परत पुढे चालू लागतात.चालत असताना **दिगंबरा...दिगंबरा...** चा घोष चालू होता.

काही अंतर चालून झाल्यावर सुगंधी वास येऊ लागला

पूजा,"हा वास....मला वेगळा वाटतोय.थांबा.हा मी अक्कलकोट मध्ये अनुभवला होता."

जय,"थांबा.सर्वांनी बूट काढा."

सगळे थांबतात.बूट काढतात.

जय,"ते पहा."

सगळ्यांचे लक्ष जाते.

जय,"जंगलात तळे दिसत आहे.त्या शेजारी एक चौकोन दिसत आहे.दिसला का?"

सगळे पाहत होते.

विजय,"हो."

जय,"त्या चौकोनात आहेत श्री.स्वामी समर्थ महाराज ह्यांच्या पायाचे ठसे."

जयचे वाक्य ऐकल्यावर सगळे तिथे पाहत होते.क्षणभर सगळे शांत होते...काही बायकांच्या डोळ्यातून पाणी येत होते. विजय, अजय, आणि बरोबर असलेले सगळे तिथे नमस्कार करून शांतपणे उभे होते.सगळ्यांचे डोळे भरून आले होते.पूजानी कॅमेरा बंद केला होता.

आकाश आईकडे आणि पूजाकडे पाहतो.

आकाश,"का रडत आहेस मम्मी?"

वृशालीताई,"काही नाही.नमस्कार कर तू."

आकाश हात जोडतो.

वृशालीताई,"किती शांत झालास रे..."

आकाशला आई कडेवर घेते.बराच वेळ.त्याला मिठी मारते. नंतर आकाश खाली उतरतो आणि जय कडे जातो.

जय,"सर्वांना काय वाटत आहे ते मी समजू शकतो."

आकाश,"सगळे का रडत आहेत?"

जय,"कारण सगळे खुश झाले आहेत."

आकाश काही बोलत नाही.

आकाशची आई बरोबर आणलेले पेढे काढते.स्वामींच्या पायाची सर्वजण मनोभावे पुजा करत होते...बराच वेळ....नंतर तिथे पेढ्यांचा नैवेद्य दाखवून आरती होते. आरती करून झाल्यावर प्रसाद वाटला जातो.

पूजा,"इथे एक वेगळाच सुवास जाणवत आहे."

जय,"होय.असा सुवास कुठेच नाही.स्वामींचे खरे ठसे आहेत हे."

तिथे बराच वेळ सगळे थांबतात.

जय,“पावणेबारा वाजले आहेत.इथे शेजारी झाड आहे. तिथे आपण जेवण करू.आत्ता योग्य वेळ आहे जेवणाची.”

विजय,“चालेल.करूया जेवण इथेच.”

सगळे लेडीज,“हो.नाहीतर जेवण करून आवरण्यात तास जाईल.”

जय,“जेवण झाल्यावर कचरा करायचा नाही.”

जयची सूचना सगळे ऐकतात.

आकाश,“मला भूक लागली आहे.”

संजय,“झाडाखाली जेवण.वाव फीलिंग.”

जयचे म्हणणे सर्वांना पटते. तिथे मोठे झाड होते. तिथे आडोसा खूप होता. तिथे जमल्यावर लेडीज त्यांच्याकडे असलेल्या शेंगदाण्याच्या पोळ्या सर्वांना वाटत होत्या.कुणी ड्राय-फ्रूट्स वाटत होते तर कुणी फळं. कुणी चिरमुरे तर कुणी लाडू. घनदाट झाडीमुळे जंगलात चांगलाच गारवा जाणवत होता.तेवढ्यात आकाशात जयचे लक्ष जाते.

जय,“वातावरण बदलणार असे दिसत आहे.”

दुपारचे १.०० वाजलेले होते.

जय,“कुणाला विश्रांती घ्यायची असेल तर इथे घेऊया.अजून वेळ आहे खूप.”

पूजा,“किती मस्त गार-गार वाटत आहे!.”

पूजा विडियो काढत होती. आकाश तिच्याजवळ जातो.

पूजा,“हाय आकाश.जेवलास का...?”

“हो.तू.”

“मी पण जेवले.”

आकाश,“कॅमेरा बघू.?”

पूजा स्मितहास्य करते.

“घे.”

पूजा त्याला दाखवते.

आकाश,“मम्मीचे लक्ष नाही तोवर बघतो.”

वृशालीताई,“आहे माझे लक्ष.”

सगळे परत जोरात हसतात.पूजा आकाशचे गाल ओढते.

पूजा,“बघ रे.”

आकाश कॅमेरा बघू लागतो. त्याचे हावभाव बदलतात.

पूजा,“थांब मी तुझे फोटो काढते.”

पूजा आकाशचे फोटो काढते आणि त्याला दाखवते.

आकाश, "थँक्स दीदी.''

पूजा, "तुला परत बघायचे असेल तर मला हाक मार.''

आकाश स्मितहास्य करतो आणि आईजवळ जातो.

सगळ्यांचे जेवण झालेले असते. जेवण झाल्यावर सर्वजण तिथे साफ सफाई करू लागतात. साठलेला कचरा एकत्र करतात आणि तिथे आडोशाला ठेवतात.

विजय, "हे झाड....''

अजय, "बकुळीचे आणि सुरंगीचे आहे.''

विजय फोनकडे पाहत असतो.

विजय, "फोनमध्ये रेंज दिसत नाही फार.''

जय, "इथे रेजचा एकच टप्पा मिळेल.आत्ता आपण जंगलाच्या खूप आत आलोय.''

झाडाखाली सगळे आडवे होतात.तिथे बराच गारवा जाणवत होता.

आजूबाजूला अजय, विजय नजर फिरवतात. मुबलक निसर्ग संपदा त्यांना जाणवत होती.असंख्य वनस्पति तिथे त्यांना दिसत होते.पक्षांचे आवाज ऐकू येत होते.एका बाजूला लांब असलेला पाण्याचा झरा दिसत होता तर एका बाजूला रस्त्यावर पडलेले झाड. एक-एक सरपटणारे प्राणी दिसत होते. त्यांचा आवाज ऐकु येत होता.हवेत उडणारी घार दिसत होती. मधमाशांचे पोळे दिसत होते. मोठे अश्या अनामिक वाटा दिसत होत्या.रस्त्यावर पळणारे मुंगूस दिसत होते. आडोशाला पाळणारे साप दिसत होते.

संजय, " हे जंगल...आणि रस्ते...पायवाटा केवढे असे घनदाट आहे जंगल. असे वाटते कुणीतरी तिथून येईल अचानक....''

जय, "तुम्हाला वाटणे साहजिक आहे.आत्ता जास्त वाटेल.कारण इथे टाचणी पडली तरी आवाज येईल एवढी शांतता आहे.पण इथे कुणीही येत नाही.प्राणी सोडून.''

अजय, "ही शांतता जरा जास्तच अंतर्मुख करणारी आहे.स्वतःबद्दल अति विचार करायला लावणारी आहे.जय तुम्ही आहात म्हणून आम्ही सगळे आलोय इथे.कारण इथे सगळे भूलभुलैया दिसत आहे.सगळे मार्ग एकसारखेच दिसत आहेत.कुठे जाऊ आणि कसे जाऊ कळणे शक्य नाही.तुम्ही आहात म्हणून आम्ही इथे आहोत.नाहीतर आम्ही आलोच नसतो.''

जय, " इथे माहिती असलेला माणूस घेऊन यावे लागते.नसेल तर इथे अजिबात येऊ नये.''

बराच वेळ जातो. झाडाखाली सगळे विश्रांती घेतात.

काहीवेळाने:-

दुपारचे साडेतीन वाजतात.

जय,“निघायला हरकत नाही.”

सगळे उठतात.एव्हाना विश्रांति घेऊन सगळे फ्रेश होतात.

जय“आकाश.कसे वाटते?फिलिंग गुड?”

आकाश,“Awesome. I am thrilled.”

जय,“चांगलाच रुळला आहे.”

आकाशची आई जयकडे पाहून स्मितहास्य करते.सगळे उठून आवरतात.

आकाशची आई,“जय.समोर पाण्याचा झरा दिसतोय.जाऊ का तिथे?”

“नको.”

जयचे ऐकून सगळे अचंबित होतात.

जय,“खाली बघा जमिनीवर...”

सगळ्यांचे लक्ष जाते.सगळे सावध होतात.

“आले लक्षात कुणाचे पाय आहेत ते?ज्या दिशेला ते पाय असतील. तिथे जायचे नाही.ते पाय जंगलाच्या राजाचे आहेत. त्याच्या दिशेला फारसे जायचे नाही. पुढे जवळच अजून एक झरा आहे. तिथे जाऊ.”

आकाश,“टायगर.”

जय,“हो.”

अजय,“कधी गेला असेल कळते आपल्याला?”

जय,“फार वेळ नाही झाला.दोन तीन तासांपूर्वी.”

अजय,“कसे ओळखतो?”

जय,“समोर झाड पहा.”

तिथून जवळच झाड दिसत होते.

जय,“त्यावर नखं दिसत आहेत.तिथून एक-प्रकारचा स्मेल येतोय. दुसरे तिथे वाघ येत असताना जंगलात असणारे पक्षी आवाज करतात.सध्या त्या दिशेने आपण जायचे नाही.आपण दिशा बदलू. चला निघूया.”

सगळे उठतात आणि पुढे निघतात.

परत “**दिगंबरा दिगंबरा श्रीपाद वल्लभ दिगंबरा**” चा घोष सुरू होतो.

बराच वेळ सगळे चालत होते. चालत असताना बराच चढ जाणवत होता. नंतर उत्तार. चढ...आणि उतार...परत चढती....

पूजा,“मला हे जंगल म्हणजे चकवा दिसतोय.सगळ्या वाटा एकच दिसत आहेत.कुठे काय चालू आहे काहीही समजत नाही.”

जय,“हे इथे असेच असते.म्हणून आपला मार्ग आपण निवडायचा.ग्रुप बरोबर राहायचे.एकत्र.”

तेवढ्यात आवाज येऊ लागतो.मोठा....तो आवाज वाढत जातो....

“कसला आवाज आहे.?”

“काही कळेना?”

“वेग-वेगळे आवाज आहेत.जय.”

सगळे सावध होतात.

जय,“आपण जिथे होतो “तिथे वाघ येत आहे” असा आवाज आहे.”

सगळे ऐकत होते. सगळ्यांच्या अंगावर काटा येतो. आकाश त्याच्या आईचा हात घट्ट पकडतो.

जय,“कुणीही घाबरू नका.इथे वाघ येणार नाही.”

तेवढ्यात वीजांचा आवाज येऊ लागतो.

जय,“वातावरण बदलत आहे.”

काही क्षणात पावसाला सुरवात होते.संध्याकाळचे ४.३० वाजलेले होते. सगळ्यांची तारांबळ उडते.

जय,“छत्री काढा.”

आणि...सर्वांच्या असे लक्षात येते की बहुतौंश लोकांच्या छत्र्या टेंटमध्ये विसरल्या आहेत. १८ पेकी ४-५ छत्र्या दिसत होत्या. जोरात पाऊस पडत होता.गारांचा पाऊस....तो हळू हळू वाढत होता.

जय,“माझ्याबरोबर चला.”

लेडीज छत्री घेतात.त्यामध्ये दोघी दोघी असे करत एक-एक पुढे पुढे जातात.पुरुष मंडळी डोक्यावर कापड बांधतात.आकाश आईजवळ राहतो.पूजा कॅमेरा तिच्या बॅगेत ठेवते आणि छत्री काढते.आणि...सगळे जयच्या बरोबर पुढेपुढे चालत जातात.तिथे मोठा चढ असतो.

“पुढे चढ आहे.सर्वांनी सावकाश या.”

सगळे सावकाश पुढे जात होते. झाडं आडवीतिडवि हालत होती.

तिथे लहान गुहा होती.तिथे सगळे एकत्र येतात.

“हुश...”

सगळे आत जातात.

“छत्र्या विसरल्या कशा काय?मी आधीच बोललो होतो.सोबत ठेवा म्हणून.हे जंगल आहे.इथे काहीही होते.पाऊस,ऊन....इथे गुगल देखील चालत नाही.विजयराव.”

चिडलेला जयचा आवाज बघून कुणी काही बोलत नाही.विजय पण काही बोलत नाही.

पावसाचा अखंड आवाज येत होता. तिथून संपूर्ण जंगल दिसत होते. धुक्यात हरवलेले....झाडांमध्ये लपलेले...मातीचा सुगंध जाणवत होता...झाडांच्या पानांचा आवाज येत होता. वीजांचा आवाज येत होता...जोरात...कानात जाण्याएवढा...मोठा...

मग पाऊस थांबतो. सगळे शांत होते.धुके हळूहळू...कमी होते.

जय,"निघायचे का पुढे?"

अजय,"जय.माफ करा.माझे ऐकून कुणीच घेतली नाही छत्री.कारण मी सर्वांना तेव्हा गूगल दाखवले."

जय,"इथे आत्ता छत्री कुठेही मिळणार नाही.पुढच्या वेळेस काळजी घ्या. इथून पुढे छत्री आणली नाही तर मी त्या माणसाला इथेच जंगलात सोडणार."

कुणी काहीच बोलत नाही.

"हसा की.जोक होता."

सगळे हसू लागतात.

जय,"मी कडक पण आहे."

विजय,"असलेच पाहिजे."

सगळे निघतात. बाहेर पाऊस थांबतो.

"एक मिनिट...."

जय सगळ्यांकडे बघतो.

"आकाश आणि त्याची आई आणि पूजा कुठे आहेत?"

तिघे दिसत नाहीत.

"विमला ताई...प्रमिला ताई...पूजा..आकाश..."

"गेल्या कुठे ह्या...?"

"अहो.मगाशी पाऊस आला.तेव्हा कुणाला काही सुचले नाही."

सगळे काळजीत पडतात.दत्त महाराजांचे नाव घेऊ लागतात.

"आकाश...."

जय ओरडतो.

"आकाश...पूजा..."

परत जय ओरडतो.

बराच वेळ जातो.

"विमला ताई...प्रमिला ताई..."

कुणीच प्रतिसाद देत नाहीत.

जय, "कुणी इकडून हलू नका.मी येतो.''

अजय, "पण जय...''

जय डोक्याला रुमाल बांधतो.आणि...बाहेर पडतो.बाहेर चालत चालत तो बराच वेळ पुढे जातो.कुठेच त्याला कुणीही दिसत नाही. धुक्यात जंगल भयाण दिसत होते.

जय पुन्हा ओरडतो.

"आकाश...''

काही प्रतिसाद येत नाही. जय परत माघारी फिरतो.गुहेत येतो.

अजय, "काय झाले जय?''

"काहीच उत्तर नाही.माझ्याबरोबर येता का?''

"चला.''

जय, "संध्याकाळचे सहा वाजलेत.आम्ही लगेच येतो.आकाश इथेच जवळ असेल.कुणीही इथून हलू नका.''.

जय आणि अजय पळत पळत जातात.

"आकाश...प्रमिलाताई...पूजा..''

काही आवाज येत नाही.

बराच वेळ जातो.तेवढ्यात अजय घसरतो.जय त्याला धरतो.

"सावकाश.''

तेवढ्यात त्यांना ऐकू येतो आवाज.

"जय...''

जयला आवाज ऐकू येतो.

"जय...''

परत ऐकू येतो.

तेवढ्यात त्याला आकाश, पूजा, त्याची आई आणि प्रमिलाताई आणि विमलाताई छत्री घेऊन येताना दिसतात.

जयचा जीवात जीव येतो.

जय, "कुठे होता?''

काही तासांपूर्वी:-

आकाश, पूजा,वृशालीताई,प्रमिलाताई एका छत्रीमध्ये चालत जात असतात.पुढे जय आणि ग्रुप असतो.

अचानक आवाज येतो.

"मम्मी..."

आकाश घसरतो.वृशालीताई, पूजा आणि प्रमिलाताई धावतात.आकाश निसरड्यावर घसरत जातो आणि एका झाडाला धरतो.त्याचा चेहरा चिखलाने माखलेला असतो.

आकाश(पुटपुटतो),"हे मी कुठे आलो.?"

त्याला काही कळत नाही.तो आजूबाजूला पाहतो.

त्याला आवाज येतो.

"आकाश."

आकाश,"हा तर मम्मीचा आवाज आहे."

आकाश ओरडतो.

"मम्मी..."

तो पाहतो. त्याला त्याची आई, पूजा,विमालताई आणि प्रमिलाताई दिसतात.आकाश झाडाला धरून उभा राहतो.

"आकाश मी येते."

तिथे मोठे निसरडे असते.ते थेट नदीत जात असते.

"नको मम्मी.कुणीही येऊ नका.सगळेच खाली जाऊ.मीच येतो हळूहळू."

आकाशच्या हातात काहीही नसते. पूजा त्याला तिची काठी फेकते. ती आकाश पकडतो.

पूजा,"हळूहळू ये वर."

आकाश हळूहळू वर येऊ लागतो. त्याची आई रडू लागते.

"काय आहे हे...."

पूजा आणि प्रमिलाताई,विमलाताई आकाशच्या आईला धीर देतात.

"काळजी करू नका.दत्त महाराज आहेत. आकाशला काहीही होणार नाही."

तिघी मनातल्या मनात म्हणतात हात जोडून.

"दिगंबरा दिगंबरा श्रीपाद वल्लभ दिगंबरा."

आकाश वर येत असतो. तिथे वृशालीताईंना मुंगूस दिसते.

वृशालीताई,"आकाश...... मुंगूस....." वृशालीताई दगड मारतात. पण पूजा आकाशच्या आईला रोखते.

"ताई.काही करू नका.मुंगूस आहे.काही करणार नाही.आणि...मुंगूस दिसणे चांगले असते."

आकाश मुंगूस पाहतो.ते त्याच्यासमोरून जोरात पळते.

"आकाश ये पटकन."

आकाश पळत पळत वर येतो. आकाशची आई त्याला धरते आणि कडेवर घेते.

बराच वेळ जातो. पाऊस थांबलेला असतो. दोघे बराच वेळ मिठी मारतात. पुजा, प्रमिला, विमला स्वतःचे डोळे पुसत असतात.

पुजा, प्रमिला, विमला,"आम्ही घाबरलो होतो."

आकाश,"अजिबात घाबरायचे नाही. दत्त महाराज आहेत पाठीशी."

आकाशचे ऐकून सगळ्यांना अप्रूप वाटते.

पूजा, "कसे निघायचे इथून? इथे तर सगळे एकसारखेच रस्ते दिसत आहेत."

आकाश,"डोन्ट वरी दीदी.मम्मी फोन दे."

पाऊस थांबलेला असतो.आकाशची आई त्याला कडेवरून खाली उतरवते.

आकाश मॅप सुरू करतो.रेंजचा एक टप्पा असतो.

"मी टेंटमध्ये असताना अजयकाका ह्यांना लोकेशन शेअर करायला सांगितले होते.आणि जय काकांनी आजूबाजूला लक्ष ठेवायला सांगितले होते."

आकाश मोबाइल पाहतो.

"आपण जवळ आहोत चला."

तिघे चालू लागतात.पाऊस थांबलेला असतो.वाटेत झाडावर खुणा दिसतात.

आकाश,"त्या खुणा पहा.संजय काका करत होता."

पूजा,"भीती वाटत आहे. हे सुमसान रस्ते. कुणी आले तर...."

आकाश,"आपण जवळ आहे दीदी.नको घाबरू. बी पॉजिटिव."

तिघे चालत राहतात.पूजा आकाशचा हात धरते. तेवढ्यात त्यांना आवाज येतो.

"आकाश."

आकाश,"हा आवाज आहे जय काकाचा."

तिघे चालत राहतात.त्यांना जय दिसतो.बरोबर अजय."

आकाशची आई,"मगाशी आपण थांबलो होतो.तिथे अचानक पाऊस आला.सगळे निघालो होतो.तेवढ्यात आकाशचा पाय घसरला.तो पडला.तुम्ही पुढे गेला होता....आणि माझ्याबरोबर मग पूजा आणि प्रमिलाताई, विमलाताई थांबल्या होत्या. तिथून आम्ही एकत्र हळूहळू येऊ लागलो होतो. मग आमची पंचाईत झाली होती. सगळे रस्ते एकसारखे.कुठे जावे समजेना?.मग आकाशला झाडावर खूण दिसली.तसेच सुदैवाने मोबाइलवर रेंज आली आणि लोकेशन दिसले त्याला अजयरावांचे. मग आम्ही निघालो. वाटेत परत लोकेशन गेले. मग आम्ही झाडांवर असलेल्या खुणा पाहत पुढे पुढे निघालो.एक एक पावले कासवाच्या गतीने टाकत."

अजय,"संजय इथून जाताना झाडांवर खुणा करत होते."

जय,"गुड.अखेर गुगल कामाला आले.तुमच्या.चला निघूया.सगळे ठीक आहात ना....पूजा तुझा कॅमेरा.."

"आहे बॅगेत."

वृशाली,"सगळे आम्ही ठीक आहोत.भीती वाटली पण दत्त महाराज आपल्याबरोबर आहेत ह्याची जाणीव होती.म्हणून आम्ही "दिगंबरा दिगंबरा" जप चालू केला."

जय काहीच बोलत नाही.

"निघूया..."

जाताना जय आकाशच्या डोक्यावरुन हात फिरवतो.

"*दिगंबरा दिगंबरा श्रीपाद वल्लभ दिगंबरा*" असा घोष पुन्हा चालू होतो.

सगळे गुहेत येतात.लगेच तिथे असलेल्या लेडीज विमला, प्रमिलाताई, पूजा ह्यांना मिठी मारतात.जय आणि अजय दोघे भिजलेले असतात.दोघे टॉवेलनी डोके स्वच्छ करतात.

जय,"आकाश.भीती वाटली का रे?"

आकाश,"नाही.अजिबात नाही.कसली भीती वाटायची?"

सगळे आकाशला जवळ घेऊन थोपटतात.

जय,"इथून एक किलोमीटरवर गुहा आहे अक्कमहादेवीची.खूप मोठी आहे.तिथे आपला आज मुक्काम असेल.चला."

सगळे बाहेर पडत होते.तिथून एक किलोमीटर वर गुहेत जाण्यासाठी पाय-वाट तुडवत...

संध्याकाळचे ६.४५ वाजलेले होते.ती गुहा मोठी होती ५०० लोकं मावतील एवढी. तिथे मोठा झरा होता. हवेत गारवा जाणवत होता. एक-एक करत सगळे तिथे जमा होत होते.

अजय,"इथे दोन झरे..."

एक झरा गुहेच्या आत पडत असताना दिसत होता.एक गुहेच्या बाहेर.

जय,"ही साधीसुधी गुहा नाही.इथे मोठे ऋषि येत होते ध्यानधारणा करण्यासाठी.विशेष करून दत्त संप्रदाय जो होता त्यातले.आलम प्रभू...आणि तुम्ही नाव घ्या...ते इथे येऊन गेले आहेत.दुसरे... गुहेच्या आत जो झरा आहे तो बारा महीने वाहतो.ह्याचे कारण अजून कुणालाच समजले नाही. इथे रात्री कुणीही येत नाही. इथे अनेक न सापडलेली कोडी आहेत. इथून बाहेर पडल्यावर खूप उकाडा सुरू होतो; सर्वांना जाणवलं असेल;बोटीत असताना.एकदा ह्या जंगलात आल्यावर उकाडा कुणाला जाणवला नसेल.इथे अनेक वनस्पति आणि खनिज

आहेत जे अनेक वर्ष आहे असे आहेत. इथे वृक्ष तोडीचे प्रमाण शून्य आहे.अपवाद पावसात जर पडले तर...इथे परिक्रमेला आलेला भक्त कधीच उपाशी राहत नाही.आणि...जर इथे कुणी खनिजे आणि वनस्पति तोडल्या तर तो ह्या जंगलाच्या बाहेर जातच नाही."

जयच्या बोलणे ऐकून आजूबाजूचे वातावरण एकदम बदलते.नकळत ते भक्तिमयगूढ बनते.

पूजा,"आपले जंगल खरंच न सुटलेले कोडं आहे."

आकाश गुहेच्या बाहेर जातो.

जय,"आकाश.फार लांब नको."

आकाश मान डोलावतो.

जय,"आत अक्कमहादेवी ह्यांची मूर्ति आहे.त्याच्यावर हे पाणी अखंड पडत असते.त्याचबरोबर इथे स्वामींची मूर्ति देखील आहे.चला पुजा करू."

बाहेर अंधार पडला होता. सगळे आपले सामान ठेवत होते. तिथे सगळे पूजेच्या तयारीला लागले होते.

अजय,"जय.इथे सुरक्षा..."

जय,"गुहा मजबूत आहे.आणि इथे बाजूला आपण आहे.कोण येणार इथे? आणि...इथे प्राणी येत नाहीत."

संजय,"आरती करूया."

पूजा कॅमेरा बंद करते.

"मी आत्ता शूट नाही करणार.सगळे अनुभवणार."

आरती सुरू होते.

बाहेर अंधार पसरलेला होता. हवेत गारवा जाणवत होता.. पाण्याचा आवाज येत होता...काळोखात दिसणारा आरतीचा पिवळा रंग वातावरण अजून अंतर्मुख करत होता. घंटांचा आवाज..कापुर आरती...आणि..."**दिगंबरा दिगंबरा श्रीपाद वल्लभ दिगंबरा**"..नामाचा गजराने वातावरण पूर्ण भक्तिमय झालेले होते.आरती झाल्यावर दिगंबरा दिगंबरा श्रीपाद वल्लभ दिगंबराचा गजर चालू होता...अखंड...गुहेच्या काळोखात...कापूर आरतीच्या उजेडात...

आरती झाल्यावर सगळे करुणात्रिपदी एकत्र म्हणतात.

"शांत हो श्रीगुरुदत्ता मम चित्ता शमवी आतां, शांत हो श्रीगुरुदत्ता मम चित्ता शमवी आतां,तूं केवळ माता जनिता सर्वथा तूं हितकर्ता..."

करुणात्रिपदी झाल्यावर सगळे ध्यान करतात. तब्बल १५ मिनिटे.

पंधरा मिनिटे झाल्यावर सगळे डोळे उघडतात. कुणीच काही बोलत नव्हते.सगळे शांत होते.

जय,"काय वाटत आहे?"

संजय,"नाही बोलू शकत."

संजयच्या डोळ्यातून पाणी येते. बाकीचे शांत असतात.

संजय,"असे वाटत आहे आम्ही काहीतरी जीवनात मुकलो.त्याचे इथे सार्थक झाले."

पूजा,"मी कॅमेरा कधीच बंद केला. मी जंगल समजण्याचा प्रयत्न केला पण मला नाही समजले.मी लगेच निसर्गाची झाले.पहा ना...आत्ता बाहेर अंधार पडलेला आहे तरीही आपल्यापेकी एकही व्यक्ति घाबरलेली नाही."

जय,"ट्रीप झाल्यावर पहा. ही तर सुरवात आहे. तुमचे आयुष्य कसे बदलते...हे माझे शब्द आहेत. लक्षात ठेवा."

संजय,"सकाळी येत असताना वाटत होते जमेल का? पण महाराजांनी सगळे करून घेतले."

जय वेळ पाहतो. रात्रीचे ८.२० झालेले होते.

सगळे जेवायला बसतात.जेवतात शेंगदाण्याची पोळी, फळे असा आहार होता.जेवण झाल्यावर तिथे गुहेत एका बाजूला लेडीज आणि एका बाजूस जेंट्स झोपतात. गुहेत अंधार झालेला दिसत होता. दोन मोठ्या मेणबत्या लावल्या होत्या.

जय,"टर्न बाय टर्न झोपू."

अजय," हो.काकांनी पण हेच सांगितले होते."

सगळे होकार देतात.

पूजा,"तुमची एनर्जि कमाल आहे जय."

जय,"मी ९५% इथेच निसर्गातच असतो."

पूजा,"तुम्हाला अमेझोनचे जंगल आणि ह्यात काय फरक वाटतोय?"

जय,"तिथे सगळे चालते. गूगल.फेसबुक. इथे फक्त महाराज.आठवला का प्रसंग पाऊस...छत्री."

कुणी काहीच बोलत नाही.

पूजा,"जंगल बघायला किती दिवस जातात?"

जय,"पूर्ण जंगल पहायचे असेल तर १५ दिवस पाहिजेत."

अजय,"मी थांबू शकतो."

जय,"अजयराव.जमेल?"

अजय,"आजच्या दिवसावरुन मी सांगतो."

जय आकाशकडे पाहतो.

जय,"कंटाळा आला?."

आकाश नाक मुरडतो.

जय त्याला गोष्ट सांगू लागतो.

रात्री उशिराः-

"आज दिवसभर खूप आपण चाललो."

"अंदाज 12 किलोमीटर."

"एवढे कधीच आपण चाललो नाही."

"होय."

"आपण एवढे चालून आलो आत पण थकवा काहीच जाणवला नाही."

गप्पा चालू होत्या.

"एवढ्या शांततेची सवय नाही."

आजूबाजूला पक्षांचा आवाज येत होता.लांबून दिसत असलेली नदी अलगदपणे वाहत होती.आकाशात चंद्र दिसत होता.हवेत विमान उडत असताना दिसत होते.विविध पक्षांचा ओरडण्याचा आवाज येत होता.

जय, आणि अजय भिंतीला टेकून बसलेले असतात.

"आकाश कुठे गेला?"

रात्रीचे १२.३० वाजलेले होते.

"आकाश."

आकाशची आई उठलेली दिसत होती. त्याला ती शोधत होती.

जय,"अहो ताई. तो येतोय.वॉश साठी गेला आहे."

"तो खुप वेळ झाला बाहेर गेलाय. आला नाही."

आईचा स्वर चिंतेचा होतो.

तिच्या आवाजाने तिथे सगळे उठतात.

पूजा,"अहो.ताई.येईल तो."

"कुठे जाऊ मी त्याला शोधायला?"

वृशालीताई रडू लागतात.

"काय चालू आहे काही कळेना..."

जय,"ताई.रडू नका.आम्ही बघून येतो."

अजय आणि जय एकत्र उठतात.

जय,"काळजी करू नका.ताई.आकाशला काहीही झाले नाही.होणार नाही."

आजूबाजूला मेणबत्तीच्या प्रकाशात दोघे बाहेर पडतात.

संजय,"जय.काही लागले तर फोन करा.''

हातात टॉर्च आणि काठी घेऊन तिथे असलेल्या गुहेतून बाहेर पडतात.बाहेर काळोख पसरलेला होता.

"अजय. आपण दोघे विरूद्ध दिशेला जाऊन बघूया.पटकन कळेल कुठे गेला आहे तो?''

अजय,"सांभाळून जय.''

जय,"हो.अगदी.''

जय आणि अजय विरूद्ध दिशेने चालू लागतात.दोघांच्या हातात टॉर्च आणि काठी होती. खूप वेळ दोघे चालत होते. रात्रीचे जंगल अजून जास्त गडद आणि भयाण होत होते. अजय चालत चालत तिथे असलेल्या नदीच्या दिशेने जात होता. तिथे नदीच्या जवळ त्याला काही जाणवत होते.

"दिगंबरा दिगंबरा श्रीपाद वल्लभ दिगंबरा...''

अजयला आवाज ऐकू आला.

"दिगंबरा दिगंबरा श्रीपाद वल्लभ दिगंबरा...''

परत अजयला आवाज आला.

त्याने टॉर्च मारला.. आणि...त्यांच्या पायाखालची जमीन सरकली.

तिथे एक झाड होते.त्या झाडावर त्याला आकाश बसलेला दिसत होता.

"आकाश.''

अजयने हाक दिली. तेवढ्यात आवाज आला. मोठा.... एकदम मोठा.... त्या झाडाच्या खालून अस्वल पळत पळत अजयच्या दिशेने येताना दिसत होते. त्याचबरोबर तिथे लपून बसलेला वाघ बाहेर येताना दिसत होता. तो अजयच्या दिशेने येताना दिसत होता.

ते दृश्य पाहून अजय क्षणात वेळ न घालवता खिशात असलेली बंदूक बाहेर काढतो आणि ती अस्वलाच्या आणि वाघाच्या दिशेने रोखून धरतो.तो खटका रोखून धरणार तेवढ्यात खट्ट...खट्ट असा आवाज ऐकू येतो.वाघाच्या आणि त्या अस्वलाच्या दिशेने गोळी मारल्याचा आवाज येतो. वाघ आणि अस्वल जागीच पडलेले त्याला दिसत होते.

अजय श्वास रोखून बघत होता.

अजय,"मी तर मारली नाही गोळी...तर कुणी मारली...''

पळत पळत अजय पुढे येतो. त्याची बंदूक तो खिशात ठेवतो. तेवढ्यात त्या वाघाला आणि अस्वलाला दोरी मारून जंगलात ओढले गेलेले त्याला दिसते आणि

काही क्षणात अस्वल आणि वाघ तिथून नाहीसे होतात. त्या आवाजाने तिथे असलेल्या पक्षांच्या आवाज काही क्षणासाठी वाढतो आणि परत शांत होतो....बराच वेळ...

"आकाश.''

अजय हाक मारत तिथे झाडाजवळ जातो आणि आकाश वर टॉर्च पाडतो.

"आकाश. ये खाली.मी आहे.''

आकाश, "कोण नाही ना आजूबाजूला?''

अजय, "नाही.''

आकाश खाली येतो. दोघे झपाझपा चालू लागतात.चालता चालता दोघे बोलू लागतात.

"काय झाले? तू इथे कसा आलास?''

"काका. मी वॉशरूम साठी बाहेर पडलो होतो. हातात टॉर्च होता. पुढेपुढे येत होतो. इथे झाडाखाली आलो.तेवढ्यात मला अस्वल दिसले.आणि...मी घाबरलो आणि झाडावर बसलो.बराच वेळ. हातात असलेला टॉर्च पडला.''

"टॉर्च पडूदे. त्यानी काही केले नाही ना...''

"ते अस्वल माझ्या जवळ आले होते....तेवढ्यात मला वाघाचा आवाज आला..आणि...वाघ जवळ आला..मला वाटले...वाघ माझ्यावर हल्ला करेल...पण झाले उलटेच...वाघाने रोखले होते.त्या अस्वलाला..तेवढ्यात मला तुमची हाक ऐकू आली...तुमच्या आवाजाने अस्वल आणि वाघ तुमच्या दिशेने पळू लागले...आणि...''

"आणि...''

"आणि...तेवढ्यात झाडाजवळ मला एक आकृती दिसली...तिने काहीतरी त्या अस्वलवार आणि वाघावर सोडले....आणि त्यांना तिने ओढले..मी डोळ्यांनी पाहिले...आणि...ती आकृती...''

अजय दचकतो.

"आकृती...''

"मला आकृती दिसत होती. माणूस होता तो...तो कोण होता...काही कळले नाही...पण...तो कुणीतरी वेगळाच होता.त्याची मला भीती वाटत नव्हती.''

दोघे चालत असतात.

"ते अस्वल आणि वाघ कुठे दिसत नाहीत.''

"ते त्याने ओढून.....''

"आकाश.हे तू कुणाला बोलू नकोस.आपल्यातच असूदे.आपल्याला अजून 3 दिवस इथे राहायचे आहे.बरोबर.आणि तू...खूप धीट आहेस...हा तू झाडावर बसला होतास. दिगंबरा दिगंबरा मंत्र कुणी तुला सांगितला?"

आकाश,"मम्मी आणि पूजा दीदी."

काही तासांपूर्वी:-

आकाशच्या जवळ त्याची आई, पूजा आणि प्रमिला असतात.

वृशाली,"ऐक बाळा.इथे आपण तीन दिवस आहोत.तू घसरलास तेव्हा माझे आणि पूजाचे लक्ष गेले.असे परत घडले तर काय करशील?"

आकाश विचार करतो. पूजा आणि प्रामिलाताई त्याच्याजवळ असतात.

आकाशची आई," ऐक.अजिबात घाबरायचे नाही.जवळ काठी आणि टॉर्च ठेवायचा.रस्ता चुकलास तर झाडाखाली आडोसा घ्यायचा. आणि .."दिगंबरा दिगंबरा श्रीपाद वल्लभ दिगंबरा" हा मंत्र म्हणायचा."

पूजा आणि प्रमिलाताई,"म्हणशील."

आकाश,"हो."

आई," हा मंत्र खूप शक्तिशाली आहे."

आकाश बोलत असतो.

"कुणाला काहीही सांगू नकोस."

"हो. काका. मी कुणाला बोलणार नाही."

तेवढ्यात अजयचा फोन वाजतो.

जय,"आकाश सापडला का?"

अजय,"हो."

जय,"मी गुहेत आहे.तुम्ही कुठे आहे?"

अजय,"आलोच..."

दोन मिनिटात दोघे गुहेत जातात.

पूजा आकाशला पाहून जोरात ओरडते.

"आकाश आला."

आकाशला बघून त्याची आई रडू लागते. आकाश तिच्याजवळ जातो. ती त्याला जवळ घेऊन रडते. नंतर आकाशला सगळे घट्ट मिठी मारतात. आकाशची आई अखंड रडत असते. तिला सगळे शांत करतात आणि नंतर काही वेळानंतर झोपी जातात.

झालेला घटनाक्रम अजय जयला सांगतो.जयदेखील दचकतो.

काही वेळानंतर सगळे झोपतात.रात्रीचे 2.30 वाजलेले असतात.

झोपत असताना अजयला आणि जयला प्रश्न पडतो.

"कोण असेल तो? त्याने काय मारले असेल? कुठे असतील ते अस्वल आणि वाघ? त्या वाघाचे रहस्य काय आहे असे की त्याने आकाशवर हल्ला केलाच नाही.?"

त्या प्रश्नांची उतरं सापडायला अजून खूप वेळ होता.

दोघे पहाटे पर्यंत जागेच होते. नंतर झोपी गेले.

3

दूसरा दिवस

गुहेच्या बाहेरचे दृश्य दिसत होते. पक्षांचा आवाज ऐकू येत होता. हवेचा झोत गुहेत शिरत होता. बाहेर असलेल्या झाडांवर पक्षी दिसत होते. जय आणि बाकीचे पुरुष फ्रेश होत होते. सर्व लेडीज झोपलेल्या होत्या. आकाश आईजवळ झोपलेला होता. तेवढ्यात आकाशची आई उठली आणि तिने वेळ पाहिली.

"पावणेआठ."

त्यांचा आवाज ऐकून इतर बायका देखील उठू लागल्या.

"आकाश.उठ रे."

आकाश उठतो.

जय त्याच्याकडे पाहत असतो.

जय,"गुड मॉर्निंग."

आकाश,"गुड मॉर्निंग."

जय,"झोप झाली का?"

आकाश,(डोळे चोळत)"हो."

वृशाली,"आपली परीक्षा सुरू आहे."

त्यांचा चेहरा गंभीर होतो.

प्रमिला,"सगळे ठीक होईल."

आकाशची आई काहीच बोलत नाही.

वृशालीताई,"काल धस्स झाले होते."

जय,"आम्हाला पण झाले होते."

वृशाली(आकाशची आई),"मीच घाबरले होते.पण तो जराही घाबरला नाही."

"मम्मी."

आकाश त्याच्या आईजवळ येतो आणि बिलगतो.

पूजा, "दत्त महाराज आपल्या पाठीशी आहेत वृशालीताई."

आकाशची आई, प्रमिला, वामिला रडू लागतात.

प्रमिलाताई, "आणि..आपली परीक्षा पण सुरू आहे.परिक्रमा करताना..."

जय तिथेच उभा असतो.

"ताई.तुम्ही तसे काही विचार करू नका.असे विचार करा की आपली परीक्षा होऊन आपण त्यामधून तयार होऊन बाहेर पडतोय. इथे असे खेळ चालूच असतात. आपली परीक्षा देखील महाराज बघत आहेत आणि आपल्याला बाहेर देखील तेच काढत आहेत. आपण आपली परिक्रमा सोडायची नाही."

जयचे बोलणे एकदम शांत असे समजूतदार होते.

वृशालीताई, "असेल असे."

सगळे शांत होतात. सगळ्यांच्या गप्पा चालू असतात.खूप वेळ जातो.

"चला. आज आपण स्वामींच्या प्रकटस्थानाजवळ जाणार आहोत.सगळे तयार आहेत."

"हो."

"आपण एक तासात आवरून बाहेर पडू."

एक तासांनी सगळे आवरतात आणि बाहेर पडतात.

सकाळचे ९.३० वाजलेले असतात.

सगळे बाहेर पडतात.

"दिगंबरा दिगंबरा श्रीपाद वल्लभ दिगंबरा."चा घोष सुरू होतो.

सगळे एक-एक करत त्या गुहेच्या आवारातून बाहेर पडतात.

"काल झोपच लागली नाही."

"अगं, कशी लागणार?तुला काय आम्हाला देखील कुणालाच झोप नाही.एवढ्या शांततेत झोपायची सवय नाही."

वृशाली, "आणि...कशी झोप लागणार...फक्त पडून राहिले मी."

पूजा, "सगळे पुरुष जागे होते रात्री...जय झोपतो की नाही कळत नाही."

ते वाक्य ऐकून जय हसतो.

"ताई.माझी झोप एवढीच आहे २-४ तास.आधीपासून."

गप्पा मारत एक-एक जण पुढे जात असतात.

जय, "काल पाऊस पडून गेला आहे.आज मस्त वातावरण आहे."

अजय, "होय.बरोबर.आज पक्षी देखील भरपूर किलबिलाट करत आहेत."

सगळे हळूहळू पुढेपुढे जात होते. काही वेळात ते प्रकट स्थानाजवळ सगळे पोहोचतात.आकाश गुहा पाहून चकित होतो.

आकाश,"केवढी आहे ही गुहा?"

जय,"खूप मोठी आहे.चला.सावकाश उतरा.घसरण आहे इथे."

ते स्थान एका गुहेत होते. ती गुहा खूप मोठी होती. आजूबाजूला औदुंबर, आणि वडाचे झाड होते. त्या गुहेच्या वरुन 2-3 झरे अखंड वाहत होते. गुहेला लागून झरा वाहत होता. आकाश ते पाणी पित होता.

आकाश,"पाणी किती गोड आहे!..."

आकाशला तहान लागली होती. सगळे जण तिथे उतरत होते.

जय,"इथे तुम्हाला गम्मत वाटली असेल.आपल्याला येताना एवढे साप दिसले पण कुणीही आपल्या वाटेला आले नाही.माकड दिसले ते पण आपल्या वाटेला आले नाही."

प्रमिला,"बरोबर आहे."

तेवढ्यात पूजा विडियो काढण्यात मग्न होते.

सकाळचे ११.२४ वाजलेले असतात.

जय," थोडेसे सर्वांनी खा."

सगळे मग जयचे ऐकून थोडे थोडे खातात. आकाशला भूक लागली असते.

नंतर सगळे १२.०० वाजता स्वामींच्या मूर्तीजवळ शांतपणे प्रार्थना करत आरती करू लागतात. आरती करत असताना वातावरण एकदम वेगळेच जाणवत होते.शेजारी वाहणारा पाण्याचा आवाज आणि घंटांचा आवाज... मन तृप्त करत होता.

आरती झाल्यावर प्रमिला ताई आणि सर्व लेडीजना आनंदअश्रु येत होते. पूजा आरतीचा विडियो शूट करत करत अचानक रडू लागते. ती डोळे पुसते.

पूजा,"कधी वाटले नाही इथे आपण येऊ?"

अर्चना,"हो.मला देखील वाटत नव्हते."

पूजा," माझ्या आयुष्याचे सार्थक झाले इथे येवून."

तिथे जमिनीवर सगळे बसतात. खूप वेळ कुणी काहीच बोलत नाही.पूजा कॅमेरा बंद करते.

जय,"आपण इथे स्वामींचा अध्याय वाचू.आज इथेच आपण असणार आहोत.आणि संध्याकाळी परत अक्कमहादेवी गुहा."

तिथे असलेल्या फोटोसमोर उदबत्ती लावले जाते...कापुर लावला जातो...आणि स्वामींच्या पोथीचे वाचन सुरू होते.एका सुरात.औदुंबरच्या झाडाखाली...पक्षांच्या

मधुर किलबिलाटात... संथ पाण्याच्या आवाजात...

दुपारचे २.००:-

सर्वांचे मुख्य अध्याय वाचून पूर्ण होतात.स्वामींच्या समोर अखंड कापुर चालू असतो.उदबत्तीचा वास येत असतो.पक्षांचा किलबिलाट वाढलेला असतो.झरा अखंड वाहत असतो. सगळे शांत असतात. वाचन झाल्यावर सगळे ध्यानाला बसतात.आणि...ओम...आवाज घुमू लागतो.

दुपारी २.३०:-

सर्वांचे ध्यान पूर्ण होते. आजूबाजूला पाण्याचा आवाज येत होता. पक्षांचा आवाज कानात ऐकू येत होता. एक-एक करत सगळे डोळे उघडत होते. बराच वेळ जातो. कुणी काहीच बोलत नाही.

प्रमिलाताई,"काय आहे ह्या जागेत?काय आहे असे की हुरहूर लावत आहे?"

वृशालीताई,"बोलावेसेस वाटत नाही.असे इथे शांत बसून रहावेसे वाटत आहे."

पूजा,"काय बोलू मला समजत नाही. मी एवढी खुश कधीच नव्हते.नेमके काय आहे हे. काय आहे ही फिलिंग? एवढी खुश मी पुण्यात असताना का नव्हते?"

संजय,"आज आपला शेवटचा दिवस.उद्या आपण परतीच्या प्रवासाकडे जाणार. पर्वा आपण ह्या जंगलातून जाणार.जावेसेच वाटत नाही.खरंच.पुन्हा शहराकडे."

जय,"आठवा.सर्वांचे चेहरे कसे गंभीर होते येताना.मी म्हणालो होतो.सर्वांचे आयुष्य इथून पुढे बदलणार आहे."

पूजा,"हो.पण..I mean...I cannot explain this feeling..."

असे बोलत बोलत पुजा थांबते. तिला रडू येऊ लागते. अचानक. कुणी काहीच बोलत नाही. सगळे शांत बसलेले असतात. जय पूजा कडे पाहत असतो.

"तुमच्या भावना स्वामींच्या जवळ पोहोचल्या आहेत.ताई."

पूजा परत बोलू लागते. एक-एक पाण्याच्या घोट घेत.

"असे वाटते मला की मी आज काहीही न मिळवता खूप काही मिळवले आहे. इथे आत आल्यावर मी...मी काय आम्ही सगळेच बदलून गेलोय. ही परिक्रमा नशिबात लिहिलेली होती.साक्षात महाराजांनी आम्हाला इथे ओढून आणले.आपली परिक्रमा लिहिलेली होती.दत्त महाराजांनी...एवढा आपला छान ग्रुप...आपले बॉडिंग...लिहिलेले होते.साक्षात महाराजांनी.मी आज खूप धन्य झाले.खूप काही मला मिळाले आज. पुढे मला आत्ता कसलीच भीती नाही."

जय पूजाकडे पाहत असतो. आणि...स्मितहास्य करतो.

प्रमिलाताई आणि वृशालीताई जवळ येऊन एकमेकींचा हात घट्ट धरतात.

वृशालीताई,“प्रमिला माझी जाऊ.खरे म्हणजे आम्ही आलो नव्हतो.आम्हाला घरच्यांनी. आमचे फारसे जमत नव्हते. का ते आम्हाला सांगताच येणार नाही. इथे ज्यांच्या कुणाच्या जाऊ आहेत. त्यांना समजेल. कारण ते आम्हाला पण माहीत नाही. पण इथे असे काही घडले की आम्ही खूप घट्ट मैत्रिणी झालोय.''

प्रमिलाताई,“ घरी गेल्यावर आमचे नवरे म्हणतील अरे..ह्यांचे एवढे जमते...''

ते ऐकल्यावर तिथे सगळे खास करून बायका टाळ्या वाजवू लागतात.

वृशालीताई,“दंगा करणारा आकाश एवढा शांत होईल मला नाही वाटले.''

संजय,“मला घरी बघायला वेळ नव्हता.पण आत्ता तसे होणार नाही.''

अजय,“सर्वांची ओळख झाली माझी.मला पण वाटले नाही.मी तसा शांत,बुजरा.अंधाराला घाबरणारा.चक्क मी बाहेर गेलो रात्री आकाशला शोधायला.''

जय,“शांत असलेला अजय आकाशला शोधायला रात्री बाहेर पडतो.''

अजय जयकडे पाहू लागतो.

प्रमिला,“आमचे नवरे आध्यात्मिक आहेत.खूप.आमच्यापेक्षा.वृशालीचा नवरा फिरतीवर असतो.माझा बँकेत असतो.आमचे लग्न होऊन 10 वर्ष होतील.वृशाली माझ्यापेक्षा 3 वर्षानी मोठी.इथे येताना मनात काय काय विचार येत होते...हिच्याशी आपले जमेल की नाही..आत्ता आमचे जास्त जमू लागले आहे.''

सगळे ऐकत होते.दोघी एकमेकींना टाळ्या देत होत्या.

वृशाली,“आकाश खूप बदलला आहे.क्रेडिट गोज टू जय.''

जय,“तो समजूतदार आहे.''

संजय,“मी तसा फार अध्यात्म वगरे मध्ये पडत नाही.इथे मी कसा आलो.ह्याचे मला आश्चर्य वाटत आहे.मला दत्त महाराजांनी इथे ओढून आणले. इथे आल्यावर आयुष्य पुन्हा नव्याने सुरू करण्याची ऊर्जा मिळाली आहे.माझी चेन-स्मोकिंग ची सवय इथे 3-4 दिवसात सुटली आहे.''

अजय,“आज मला माझ्या आई-बाबांची खूप आठवण येत आहे.ते घरी असतात.इथे आल्यावर जास्त आठवण येत आहे.इथे आल्यावर माझे विचार खूप बदलून गेले आहेत.माझे त्यांच्याकडे फारसे लक्ष नव्हते.ही चूक आत्ता होणार नाही.दत्त महाराज मला माफ करा.''

अजयच्या डोळ्यात पाणी येते.अजय ढसाढसा रडू लागतो. त्याच्या चेहरा पाहून विजय,संजय आणि जय हळवे होतात.सगळे स्तब्ध असतात.खूप वेळ.

जय आणि विजय अजयच्या पाठीवर थोपटतात.विजय अजयला पाणी देतो.

जय,“ही परिक्रमा आहेच तशी.म्हणून वर्षातून एकदा इथे यावेच.इथे असे अनेक आविष्कार आहेत जे कुणालाच कळले नाहीत.जे कुठे बघायला मिळत

नाहीत.इथे औदुंबराच्या झाडाखाली असे एकत्र पारायण करायला तुम्हाला शहरात मिळाले असते का.? इथे असे काही अनुभव आहेत जे तुम्हाला परिक्रमा संपल्यावर समजतील. इथे अनेक नैसर्गिक फळे आहेत.जे थेट तोडून खाता येतात.शहरात बघा...केमिकल मारल्याशिवाय काहीच खाता येत नाही.इथे मोबाइल-विना काय जगणे असते ते जगता येते.आणि मोबाइलविना देखील जग आहे ते समजते इथे. इथे पक्षांचे आवाज कसे असतात...ते ऐकता येतात.स्वतः च्या मनात काय चालू आहे ते समजते.? स्वतः कडे पुन्हा पाहता येते. तुम्ही परत गेल्यावर तुमचे निम्मे व्याधी देखील पळून जातील.कारण इथे तुम्हाला १००% प्राणवायू मिळतोय. तुमचे आयुष्य इथून घरी गेल्यावर 360 अंशात बदलून गेलेले असेल. माझा शब्द लक्षात ठेवा.''

सगळे जयचे ऐकत असतात.

वृशाली,'' खरे आहे.हो.''

पूजा,''मला काही बोलायचे आहे.''

सगळे पूजा कडे पाहतात.

पूजा,'' इथे येण्यापूर्वी मी मोठा निर्णय घेतला होता. सुखाची नोकरी सोडली आणि ब्लॉगिंग चालू केले.घरातून विरोध झाला.काही दिवस मला मार्ग सापडत नव्हता.माझी आई मला कायम सपोर्ट करत आली आहे. अधून मधून आम्ही भांडतो देखील. पण ती आई आहे. चालायचे भांडण. मी देखील साशंक होते. आईच मला म्हणाली परिक्रमा करून ये..आणि...माझी आई बरोबर होती. मला माझा मार्ग मिळाला आहे.''

जय,''अप्रतिम.तुमची जे धाडस केले आहे त्याला नक्की यश मिळेल.तुम्ही दत्ता महाराज ह्यांच्यासाठी एक पाऊल पुढे या.महाराज तुम्हाला एकटे कधीच सोडणार नाहीत.तुम्हाला आयुष्याभर साथ देतील.असेही होईल; तुमचा कर्दळीवनाचा विडियो हीट होईल.आम्हाला नक्की दाखवा.''

पूजा तिचे डोळे पुसते.

''नक्की.''

दीपक,'' मी दीपक.मी फारसा बोलत नव्हतो.मला ब्लड प्रेशरचा त्रास आहे.....होता...आणि आश्चर्य मी तीन दिवस गोळीच घेतली नाही.तरीही मी फिट आहे.''

जय,''गुड. गेल्यावर तपासून घ्या.वाटले तर गोळी घ्या.''

रणजीत,''मी रणजीत. माझी नोकरी गेली होती.नोटिस पीरियड वर होतो.आत्ताच आईचा टेक्स्ट मेसेज आला.सुदैवाने एक टप्पा होता रेंजचा.नोकरी

मिळाली मला.''

त्याचे सर्वजण अभिनंदन करतात.

जय,“छान वाटले मला. उशीर झाला आहे.जेवण करूया.''

“वेळेकडे लक्षच नाही.''

“आकाशला पण भूक लागली आहे.''

सगळे जेवायला सुरवात करतात.जेवण करून झाल्यावर तिथे सगळे विश्रांती घेतात.

अजय, संजय झाडाखाली बसतात.लेडीज गप्पा मारतात.जय आणि आकाश एकत्र वेळ घालवतात.

संध्याकाळी ४.३०ला:-

जय,“निघूया का.?''

सगळे लगेच जयचे ऐकून आवरतात आणि निघतात.

एक-एक करत सगळे बाहेर पडतात.आणि पाय वाटा क्रॉस करत पुढे जातात.

जंगल लागते. सगळे एका ओळीत जात असतात. जय सर्वात पुढे असतो आणि अजय सर्वात मागे. सगळे शांतपणे जात असतात.

थोडे अंतर चालून झाल्यावर त्यांना आवाज येतो.

अजय,“आवाज कसला येतोय जय?''

तेवढ्यात जयसमोर २-३ विचित्र माणसं येतात.ती पाहून सगळे जागीच थांबतात.

“कोण आहेत हे जय?''

त्या माणसांच्या तोंडात बिडी असते.ते बिडी ओढत बघू लागतात.

जय,“कुणी काही बोलू नका.मी बघतो.''

जय त्यांच्याशी तामिळ भाषेत बोलतो.बराच वेळ.....अर्धा तास....

त्यानंतर ती विचित्र माणसं निघून जातात.

संजय,“कोण होती ती जय?''

“ते इथे राहतात.जंगलात.आम्ही परिक्रमा करतोय सांगितल्यावर ते लगेच काहीही बोलले नाहीत.नाहीतर सहसा त्यांना इथे माणसं आलेली आवडत नाहीत.''

“इथे इथेच राहतात?''

“हो.इथेच.त्यांचा जगाशी संबंध नाही.''

पूजा,“भयंकर विचित्र होते ते... काय तो अवतार...''

“पण ते स्वामींना मानतात.म्हणून सहसा परिक्रमेला आलेल्या यात्रेकरूंना ते त्रास देत नाहीत.''

गप्पा मारत सगळे पुढे निघाले.

संध्याकाळी उशिरा:-

परत सगळे अक्का-महादेवी गुहेत आलेले असतात.

पूजा, "आज खूप चालणे झाले."

अर्चना, "पण थकवा नाही."

जय, "चालून चालून सर्वांची वजनं कमी होतील."

अजय, "खूप कमी.कळेल गेल्यावर वजन करताना."

पूजा, "हे जंगल अजब आहे ना...."

जय, "तसे अजबच आहे.कारण इथे मानवाचा शिरकाव झाला नाही.म्हणून इथे सारे काही टिकून आहे.इथे सारे काही टिकून राहावे म्हणून आजूबाजूला असलेले गावातील नागरिक आग्रही आहेत.तरी देखील इथे अज्ञात प्राणी...म्हणजे माणसं...असतात...पण असे म्हणतात की इथे जर एखादा माणूस आला...त्याने वनस्पति..वर किवा इथे असलेल्या जैव-वैवधतेवर घाला घातला तर तो माणूस इथून परत जातच नाही. एवढे मोठे जंगल आहे की त्याला सहसा परत जाण्याचं मार्ग दिसत नाही. इथे छत्रपती शिवाजी महाराज देखील आले होते."

सगळे ऐकत असतात.

जय, "हे जंगल टिकायला पाहिजे.आणि ते टिकेल.काही गोष्टी इथे निसर्गच टिकवतो."

वृशाली, " हे जंगल टिकले पाहिजे."

प्रमिला, " हेच काय बाकीचे देखील टिकले पाहिजेत."

जय, "सगळ्यांची जबाबदारी आहे ती. मला एका गोष्टीचा आनंद आहे की तुम्ही कुणीही कचरा केला नाही.असेच तुम्ही घरी जाल तेव्हा पण सवय ठेवा.निसर्ग जपा.मग निसर्ग तुम्हाला जपेल.नाहीतर मानवी जीवन संपायला एक सेकंद देखील लागणार नाही.घरी गेलात की झाडे लावा आणि जगवा. लक्षात घ्या तीन झाडे लावल्यावर आपल्या ए.सीची गरज 50% कमी होते."

सगळ्यांच्या गप्पा चालू असतात. रात्री जेवल्यावर गप्पा मारत मारत 12 कसे वाजतात ते कळत नाही.

रात्री १.००ला:-

सगळे झोपलेले होते.रात्किड्यांच्या आवाज ऐकू येत होता. अचानक जोरात आवाज ऐकू आला. तो आवाज ऐकून सगळे उठले.

अमर, "हा आवाज..."

परत आवाज येतो.

पूजा, "हा आवाज कसला?"

सगळ्या बायका उठतात.आकाश उठतो.

आकाश, " कसला आवाज येतोय.?"

जय, "बाहेर बघा."

बाहेर सगळे बघतात.वीजांचा आवाज येत असतो.

पूजा, "पाऊस..."

जय, "सगळे झोपा.चादर ओढून.कुणीही वाघ नाही."

बायका हसू लागतात.परत सगळे झोपतात.

जयचे डोळे उघडे असतात.तो गुहेच्या बाहेर बघत असतो.अखंड पडणारा पाऊस.... आणि... वीजांचा कडकडाट....

4

तिसरा दिवस

सकाळी ६.००ला:-

"ओ......अ....मम..."

पक्षांचा किलबिलाट सुरू होता. अखंड पाण्याचा आवाज येत होता.सकाळी लवकर उठून सगळे ध्यान करत होते.त्या ध्यानाच्या स्वरामध्ये मधुरता आणि शीतलता जाणवत होती.

सकाळी ८.३०ला:-

"इथे आम्ही परत येणार जय."

वृशालीताई बोलत होत्या.

"माहीत नाही कधी पण ही जागा...ही विलोभनीय अशी पसरलेली झाडे...असे अनुभव आम्हाला पुन्हा पुन्हा घ्यायचे आहेत. सह कुटुंब."

विमला,"मी देखील येईन. सह कुटुंब"

अजय,"इथून पाय निघत नाही आहे."

विजय,"इथेच रहावेसे वाटते."

जय,"ह्या जागेची ह्या तीन दिवसातच मजा आहे.हे तीन दिवस अनेक दिवसांसारखे असतात."

सकाळचे ९.००

"निघूया."

सगळे आवरत होते.आणि आपल्या बॅग घेऊन एक-एक बाहेर निघत होते. जाताना तिथे असलेल्या निसर्गाकडे पाहून सगळे नमस्कार करत "दिगंबरा दिगंबरा..."चा घोष करत परतीच्या प्रवास सुरू करतात.

दुपारी:-१२.००

जंगलात झाडाजवळ सगळे एकत्र जेवण करत होते. जेवण केल्यावर सगळे विश्रांती घेऊ लागले.

दुपारी:-२.३० ला

जय," निघूया?''

जयचे ऐकून झाडाखाली पहुडलेले सगळे उठून बसले. आणि आवारून बाहेर पडू लागले.

दुपारचे ३.००:-

सगळे फ्रेश होऊन बाहेर पडले होते. एका रेषेत सगळे चालत पुढे जात होते. "दिगंबरा दिगंबरा... चा घोष सुरु होता.सगळ्यांच्या अंगात जोश होता.

जय,"थांबा.सगळे.''

सगळे थांबतात.

पूजा,"काय झाले?''

जय,"साप आहे.जातोय.समोर पहा.''

साप जयच्या समोरून जात होता. सगळे बघू लागतात.पूजा शूट करू लागते.साप झाडाजवळ लुप्त होतो.

जय,"चला.''

पूजा विडियो काढत असताना अचानक सावध होते. तिला त्यामध्ये अनोळखी माणसे दिसू लागतात.ती सावध होते आणि ओरडते.

"जय.''

जय तिच्याकडे पाहतो.तेवढ्यात त्यांच्यासमोर ५ अनोळखी माणसं येतात.

अजय,"हे कोण आहेत माणसं?''

जय त्यांच्यावर कटाक्ष टाकतो.पूजा कॅमेरा बंद करते आणि पिशवीत ठेवते.

जय,"अज्ञात प्राणी.''

ऐकून सगळे घाबरतात. आकाशला आई जवळ घेते.

ती अनोळखी माणसं सगळ्यांवर नजर फिरवू लागतात. एक-एक. त्यांच्या जवळ बरेच काही सामान दिसत असते.तसेच त्यांच्याजवळ बंदुका दिसत असतात. त्यांची नजर बदलू लागते.

त्यापेकी एक माणूस पूजा जवळ जातो.पूजा घाबरते.

"कॅमेरा.''

तो माणूस तिला कॅमेरा मागत आहे असे पूजाच्या लक्षात येते.

"नाही.''

पूजा नकार देते आणि त्याला ढकलते.तो तिची पिशवी हिसकावतो.ते पाहून अमर पुढे येतो आणि त्याला बदडतो.तो माणूस जमिनीवर पडतो.जय पळतपळत अमरजवळ येतो.

जय,"पडूदे.सगळ्यांनी चालत रहा.हळूहळू.पुढे."

तेवढ्यात त्या ५ पेकी एक विचित्र दिसणारा माणूस आकाश जवळ येतो आणि त्याला उचलून घ्यायचा प्रयत्न करतो. ते पाहून आकाशची आई ओरडते आणि त्याला इंगा दाखवते. अजय त्याला धक्का देतो आणि त्याच्या खिशात असलेली बंदूक बाहेर काढतो आणि त्याच्यावर रोखून धरतो.सगळ्या लेडीज घाबरतात. त्या झटपटीत ती बंदूक नंतर एका बाजूला पडते.

तेवढ्यात झाडांवर माकडांचा आवाज ऐकू येऊ लागतो.तो वाढतो.जोरात.आणि...काही क्षणात तिथे तीक्ष्ण डोळे आणि धारेदार नजर दिसू लागते.समोर 3 वाघ दिसू लागतात.वाघांना बघून सगळे टरकतात.

त्या वाघांना पाहून जय सगळ्यांना वाट बदलण्यास सांगतो.सगळे जयच्या मागे जातात.आणि काही क्षणात ते वाघ त्या अज्ञात माणसांवर हल्ला करतात.ते अज्ञात प्राणी जंगलात वनस्पति, खनिजे चोरायला आले असतात. वाघांचा डरकाळीचा आवाज येत असतो...आणि काही क्षणात तो बंद होतो.

जय पुढे असतो. ते उरलेली तीन माणसे आपले मागे परत येत आहेत असे पुढे असलेल्या जयच्या लक्षात येते. आणि...ती माणसं पुन्हा त्यांच्यासमोर येतात. ते परत आकाशच्या जवळ येतात.त्यातला एक माणूस आकाशला घेऊन पळत सुटतो.वेगाने. आकाशची आई जोरात किंचाळते.आणि...बेशुद्ध पडते.

"आकाश..............."

तिथे एक मोठे घसरडे असते.तिथे अजय क्षणात उडी मारतो....आकाशला परत आणायला...

अर्ध्या तासाने:-

"मम्मी."

आकाशचा आवाज येतो.अजय त्याला घेऊन येतो. आकाशला पाहून त्याच्या आईचे अश्रु अनावर होतात. लगेच सगळे निघतात.

संध्याकाळी ५.०० ला:-

सगळे टेंटमध्ये आलेले होते.तिथे सर्वांना काका दिसले. त्यांना पाहून सर्वांना हुश होते. आकाश आणि सगळे धास्तावले असतात. सर्वांना काका पाणी देतात.आणि शांत करतात.

अजय,"कोण होते ते? जय.आणि...अचानक आलेले ते वाघ..."

जय,“तुम्हाला मी म्हणालो पुढे चला.तो एरिया टायगर झोन होता.तिथे हमखास वाघ असतात.”

विमलाताई,“काही झाले असते तर...”

काका,“तुमच्या पाठीशी महाराज आहेत...होते...राहणार...पूर्ण परिक्रमेचा आनंद तुम्ही वाया घालवू नका.परिक्रमा तुमची पूर्ण झालेली आहे.”

बराच वेळ जातो....शांत वातावरणात...पक्षांचा आवाज चालू होतो..

संध्याकाळी ६.००ला:-

सूर्य मावळतो.एव्हाना अंधार पसरू लागतो.

टेंटमध्ये सगळे बसलेले असतात.

जय,“आज शेवटचा दिवस.आपण सगळे एकत्र होतो.तीन दिवस सर्वांनी दिलेल्या सूचना तंतोतंत पाळल्या. छान गेले तीन दिवस.कुणीही भांडण केले नाही.कसलीही तक्रार नाही.त्याबद्दल सर्वांचे आभार.आणि...काही गैरसोय असल्यास सांभाळून घेतले त्याबद्दल देखील आभार.”

अजय,“अहो.जय.असे का म्हणता? तुम्ही होता म्हणून आम्ही सगळे पूर्ण करू शकलो.त्या वाघांच्या तावडीतून बाहेर पडू शकलो.आकाशला शोधायला तुम्ही होता म्हणून मी बाहेर येऊ शकलो. तुम्हीच सर्वांचे तारणहार होता.असा गाईड कुठे मिळतो हल्ली?”

विमलाताई,“पुढे आम्ही जेव्हा येऊ.तेव्हा देखील तुम्हीच पाहिजे आम्हाला.गाईड म्हणून.”

आकाश,“तुम्हीच पाहिजे काका.किती मस्त वेळ गेला.तुम्ही किती छान गोष्टी सांगत होता.”

वृशालीताई,“तुमचे ऋण आम्ही फेडुच शकणार नाही.तुम्ही होता म्हणून आम्ही स्वामींचे स्थान, आणि परिक्रमा करू शकलो.तुमचा नंबर देऊन ठेवा.”

जय स्मितहास्य करतो.तो त्याचा नंबर देतो.

“अधिकृत आत्ता माझे काम संपले.असे मी जाहीर करतो.”

“अहो.जय.आत्ता तर सुरू झाले तुमचे काम.आम्हाला दर वर्षी परिक्रमा करण्यासाठी घेऊन जायला.”

सगळ्यांच्या गप्पा होतात.सगळे भात आणि शिरा असे जेवतात आणि रात्री 10.00ला झोपतात.

सकाळी ६.००ला:

सगळे उठतात. बायकांच्या गप्पा सुरू होतात.

“अहो.प्रमिलाताई.झोप लागली का?”

"हो.लगेच.लागली.''

अजय,"मला लगेच.''

संजय,"मला पडल्या पडल्या.''

तेवढ्यात तिथे काका ध्यानाला बसलेले दिसत होते.

सकाळी ८.००ला;-

"जय दिसत नाही.जय...''

प्रमिलाताई जयला शोधत होत्या.

प्रमिलाताई,"विजयराव.जय कुठे आहे?''

"असेल की.''

"अहो.बघा.''

विजय,संजय उठतात.जय कुठेच नसतो.त्याचे सामान पण नसते.

"गेला कुठे जय?आमच्या बरोबर येणार होता.''

सगळे जयला शोधू लागतात.

"जय.''

"त्याचा फोनवर फोन करा?''

विजय जयच्या फोन वर फोन करतो.त्याचा फोन बंद असतो.

"बंद आहे.''

"जय काका.''

आकाश देखील जयला शोधायला नदीवर जातो.

"जय...''

काकांचे ध्यान चालू असते.

काका,"थांबा.कुठेही जाऊ नका.''

सगळे काकांच्या टेंटमध्ये येतात.काकांचे ध्यान संपते.

काका,"जय निघून गेला.''

विमलाताई,"काय...''

"काय निघून गेला म्हणजे?''

"काय...''

"अहो....आमच्याबरोबर तो तीन दिवस होता.असा कसा निघून गेला.?''

"त्याला जावे लागले.तुम्ही सगळे काळजी करू नका.तुमच्याबरोबर चालक येईल.जाताना.''

तेवढ्यात तिथ चालक येतो.तो जयसारखा दिसत असतो.

विमलाताई,"जय...''

अजय,"हा जय नाही."

"निघायचे का?"

तो चालक तामिळमध्ये विचारतो.

सगळे मान डोलवतात. तो चालक २५ वर्षांचा असतो. त्याच्याशी काका त्याच्या भाषेमध्ये बोलतात. बोलून झाल्यावर सगळे काकांना नमस्कार करतात आणि बाहेर पडतात.बोटीत बसतात.आणि निघतात. जाताना सर्व लेडीज, आकाश आणि जेंट्स शांत असतात. हळूहळू ते बाहेर पडतात.काकांना लांबून नमस्कार करतात.आणि परतीच्या प्रवासाकडे निघतात.मनात अनेक प्रश्न घेऊन.....

5

सुटलेलं कोडं...

काही वर्षांनी:-

अजय वहीत काही लिहीत होता. शेजारी लाटांचा आवाज ऐकू येत होता.

"आज मला काही लिहायचे आहे. मन मोकळे करायचे आहे. जे मी कधीच केले नाही. असे जे मी कधीच लिहिलेले नाही. विज्ञान आणि अध्यात्म. ह्या गोष्टी आपल्या आयुष्यात रोज दिसत असतात.आपल्या डोळ्याला दिसते ते विज्ञान आणि जे असते तरीही डोळ्याला दिसत नाही ते अध्यात्म. जिथे विज्ञान संपते तिथे अध्यात्म सुरू होते. असेच काही माझ्या बाबतीत घडले होते.कसे घडले,काय घडले माहीत नाही.काही वर्षांपूर्वी मी परिक्रमेला गेलो होतो.मी तसा शांत.ही परिक्रमा खूप मोठी आणि अवघड होती.ती एका अशा जंगलात होती जिथे ना रेंज होती ना वीज.फक्त होता आजूबाजूला पसरलेला निसर्ग आणि पाताळगंगा नदी. तिथे होती एक शक्ति. खूप मोठी. कदाचित मला सांगता देखील येणार नाही. तिथे जाताना असंख्य मनात प्रश्न आले. आपण तिथे तीन दिवस कसे राहू...कुणी आपल्या अंगावर आले तर...आपले जेवण...असे अनेक प्रश्न येत होते. आम्ही आंध्रामध्ये गेलो आणि तिथे गेल्यावर कळले की आमच्या बोटीचा चालक आलाच नाही. मग आम्हाला प्रश्न पडला की आत्ता काय करायचे?एवढ्या लांब आलोय.पण तेव्हा आम्हाला तरुण मुलगा भेटला. तो कुठून आला माहीत नाही. तो आमच्या बरोबर चालक म्हणून आला. त्याचे नाव जय होते. नंतर आम्हाला व्यंकटेश किनारा जवळ ६८ वर्षाची व्यक्ति भेटली.त्यांचे नाव अखेरपर्यंत कुणालाच कळले नाही.पण त्यांना सारेजण काका म्हणत होते.

परिक्रमेच्या शेवटच्या दिवशी:-

पहाटे ५.००:-

काका आणि अजय एकत्र असतात.

"अजय.काही सांगायचे आहे.''

"सांगा की काका.''

"फक्त तुला.''

अजय ऐकत असतो.

काका,"तुम्ही जेव्हा परिक्रमेला येत होता तेव्हा तुमची बोट रद्द झाली होती.कारण ती चालवणारा चालक आला नव्हता.''

"हो.''

"तुम्हाला अनेक संकट आली.लक्षात ठेवा की तुमची परीक्षा महाराज घेत होते आणि तेच तुम्हाला बाहेर काढत होते. तुमची बोट आली नाही तेव्हा तुम्हाला ३२ वर्षाचा मुलगा भेटला.जय.''

"हो.''

"त्याने त्याचे नाव जय म्हणून सांगितले.तुम्ही ३० जणं होता.इथे किनारा जवळ आल्यावर तुमचा एक ग्रुप माघारी फिरला.''

"हो.''

"कारण त्यांच्या नशीबात यात्रा नव्हतीच.''

अजय लिहीत होता.

"काकांचे हावभाव कळतच नव्हते. कधी लहान मुलासारखे होते. कधी ते मित्र होते....कधी ते जोरदार हसत होते...तिथे अनेक कोडी होती ज्याची आम्हाला उत्तरं मिळालीच नाहीत. गुगल वर तिथे पाऊस नाही असे दिसत असताना तिथे अचानक पाऊस आला. एवढा मोठा की सांगताच येणार नाही. ते जंगल खूप अफाट होते. घाबरणारा मी रात्री बाहेर जंगलात जाईन आकाशसाठी वाटले नव्हते. जवळ बंदुक होती. खोटी. छरे होते त्यात. ती रात्र मी विसरू शकत नाही. कधीच नाही. मला अजूनही कळले नाही की ते अस्वल आणि वाघ गेले कुठे?''

अजय लिहिण्यात पूर्ण मग्न झालेला होता.

काका,"तुम्ही जे विचार करता तसे नाही.जिथे आपले विचार संपतात तिथे अध्यात्म सुरू होते.''

अजयला धक्काच बसतो.आश्चर्याचा...अनेक भावनांचा...

"जय तुम्हाला जंगलात घेऊन गेला. तिथे दंगा घालणारा आकाश शांत झाला...विमलाताई   आणि   प्रमिलाताई...दोघी   एकत्र आल्या...आकाश,विमलाताई,प्रमिलाताई...हरवले होते.ती परीक्षा साक्षात महाराज तुमची घेत होते...आणि त्यामधून तुम्हाला बाहेर देखील काढत होते.रात्री आकाश

जंगलात हरवला.तेव्हा देखील त्या वाघाला आणि अस्वलाला रोखणारा जय होता.देव कायम दगडात नसतोच.तो निसर्गात असतो...माणसात असतो..फुलाच्या सुगंधामध्ये असतो....पाण्यात असतो..तुमच्या नशिबात ही परिक्रमा लिहिलेली होती.इथे कुणीही मनात आले म्हणजे येऊ शकत नाही.त्यासाठी महाराजांची आज्ञा लागते. तुम्ही जंगलात गेल्यावर तिथे निसर्गाचा योग्य तो सन्मान राखला.तिथे कचरा केली नाही.हे गुण तुमच्यात होते.तुमच्या बरोबर असलेल्या ग्रुप मध्ये नव्हते.म्हणून तो ग्रुप माघारी गेला. ह्या जंगलाचे आणि आपल्या भक्तांचे रक्षण करायला दत्त महाराज आपल्या दूतांना पाठवत असतात.त्यांच्या रूपात तुम्हाला अनेक भेटतील.त्या पेकी होता एक जय.त्याने तुमच्याकडून परिक्रमा करवून घेतली. ह्या जंगलाचे रक्षण बरेच जय करत आहेत.त्यांच्या मागे साक्षात महाराजच आहेत.''

बराच वेळ जातो.

अजय थक्क होऊन ऐकत असतो.

"तुम्हाला घेऊन जायला चालक येईल जाताना. तुमचे कर्म चांगले आहेत.तसेच ठेवा.म्हणून तुम्ही इथे आलात.परिक्रमा करायला.इथे यायचा योग कुणाला सहसा मिळत नाही.1 कोटी मध्ये काही लोकांना इथे यायची संधी मिळते.आणि..स्वामींवर श्रद्धा ठेवा.तुम्हाला काहीच कमी पडणार नाही.कधीच.आणि...जय कोण होता....कुठे होता..शोधायचा प्रयत्न देखील करू नका.जास्त विचार करू नका.घरी जाऊन ध्यान अवश्य करा. त्याचे फायदे तुम्हाला भरपूर मिळतील.आणि...निसर्ग जपा.मग निसर्ग तुम्हाला जपेल.वेळ आली आहे त्याला जपायची.घरी गेल्यावर अवश्य ध्यान करा.''

अजय विचार करत असतो.

"जय..."

अजय लिहीत असतो.

तो शेवटचा दिवस...कसं काय विसरेन मी?''

शेवटच्या दिवशी:-

सगळे परतीच्या वाटेवर होतो. जय एकदम पुढे उभा होता. आमचा तीस-जणांचा ग्रुप परतीच्या वाटेवर होता.पूजा तिच्या कॅमेरामधून विडियो शूट करत होती. अचानक जयच्या समोर साप आला होता.

जय, "थांबा."

सगळे दचकलो.

पूजा, " काय झाले?''

जय,"साप आहे समोर."

साप हळहळू निघून गेला. तो गेल्यावर परत सगळे थांबलेले चालू लागलो. पूजा तिच्या कॅमेरामधून शूट करत होती. तेवढ्यात तिला त्या कॅमेरामधून 3-4 अज्ञात व्यक्ति दिसल्या. ती लगेच सावध झाली आणि जयला तिने जोरात हाक मारली.

"जय...."

जयच्या समोर 4 व्यक्ति आल्या होत्या. त्यांचे चेहरे काळे होते. त्यांची दाढी प्रचंड वाढलेली होती.

जय,"सर्वांनी शांत रहा."

आकाशच्या आईने आकाशचा हात घट्ट धरून ठेवला होता. ही माणसं लुटारू आहेत हे एव्हाना जयला समजले असते. त्यातला एक पूजा जवळ गेला. पूजाने तिचा कॅमेरा बॅगमध्ये ठेवला होता. तो माणूस भलताच अक्राळविक्राळ होता. तो पूजाकडे विक्षिप्त नजरेने पाहू लागला. नंतर तो पूजाचा कॅमेरा मागत होता. नंतर आमची जोरदार झटपट झाली. नंतर असा क्षण आला की मला माझ्याजवळ असलेली बंदुक वापरावी लागली होती. त्याच्या आवाजाने सगळं पालटले होते. अचानक प्राण्यांचा आवाज ऐकू येऊ लागला होता.

जय," आपले काम झाले आहे. उरलेले काम बघा कोण करते?"

असे तो म्हणाला आणि काही सेकंदात तिथे ४ वाघ आले होते.

मला समजत नव्हते.हे नेमके काय चालू आहे.

जय,"सर्वांनी कुठेही हलू नका."

वाघ त्या अज्ञात व्यक्तींच्या मागे गेले. डरकाळी फोडत. त्यात त्या लुटारू टोळीमध्ये असलेल्या दोघांनी वाघांवर गोळी झाडली. त्यात वाघ जखमी झाले. ते पाहून उरलेले दोन अज्ञात लुटारू पूजाचा कॅमेरा आणि आकाशला हिसकावून पळून गेले. डोळ्यासमोर. मोठा गोंधळ उडाला होता. आकाशचा जोरात आवाज येत होता.मला काहीच कळेना. काय करू.

"आकाश..."

वृशालीताईंच्या आवाज अजून कानात आहे. त्या बेशुद्ध झाल्या होत्या. आईनी मुलासाठी दिलेला आवाज. तेव्हा साक्षात मला आई आठवली.केवढा आईचा जीव असतो.मुलांवर.....तेव्हा माझ्या अंगात कोणते बळ आले माहीत नाही. कसलीही पर्वा न करता मी थेट त्या दोन लुटारूंच्या मागे पळत गेलो. मागे काय चालू आहे ग्रुपमध्ये ह्याची पर्वा न करता.

अजय थांबतो.थोडा वेळ. नंतर परत लिहू लागतो.

आकाशच्या मागे मी वेड्यासारखा पळत सुटलो होतो. काहीही करून त्याला मी घेऊन येणार असा चंग बांधला. तिथे मोठा स्लोप होता. तिथून मी घसरत गेलो. तेवढ्यात पावसाला सुरवात झाली होती. तो पाऊस आमच्या मदतीला आला होता. मी पावसात चिखलात घसरत जात होतो. पाऊस अखंड सुरू होता.मी पळत पळत जात होतो. आजूबाजूला बघत. मला कुणीच दिसत नव्हते. तिथे तळ दिसत होते. तेवढ्यात मी जमिनीवर पाहत होतो.. तिथे पाय दिसत होते.

"आकाश..."

मी जोरात ओरडलो.

मी अखंड पळत होतो..जोरात.....अखंड..... असे वाटत होते की आकाश माझा लहान भाऊ आहे. आकाशचा भाबडेपणा आणि चक्कर येऊन पडलेल्या त्याच्या आईचे दृश्य सारखे मला दिसत होते. त्यामुळे मी अजून अस्वस्थ होत होतो.

तेवढ्यात मला आकाश आणि ती दोन लुटारू दिसले. तेवढ्यात पाऊस थांबला.हळूहळू.

"आकाश..."

मी ओरडलो. ते हल्लेखोर सावध होतात. आकाश त्या लुटारूच्या ताब्यात होता. मी खिशातून बंदुक काढली. हल्लेखोर प्रतिहल्ला करायच्या आत मी त्यांच्या पायावर गोळी मारली. तेव्हा झटपट झाली. क्षणात तेव्हा वीज चमकली आणि... एका बाजूला दोन जखमी वाघ हल्लेखोरांवर उडी मारताना मला दिसले. मी पटकन आकाशला त्या अज्ञात व्यक्तींच्या पासून सोडवले आणि आम्ही दोघे झाडाजवळ सुरक्षित बाजूला पडलो.मी आकाशचे डोळे आणि कान बंद केले. आकाशात वीजांचा आणि जंगलात वाघाच्या डरकाळीचा आवाज मी पाहिला. बराच वेळ...हो...समोर...आकाश लहान होता. तो पाहुच शकला नसता. वाघ मी समोर पाहिला. नंतर डरकाळीचा आवाज बंद होतो.

"घाबरू नको.आकाश मी आहे अजय."

आकाश रडत होता.

"काही होणार नाही.नको काळजी करू."

आकाश, "काका.डोळे का बंद केले माझे?"

मी, "काळजी करू नको.मी आहे.वाघ काही करणार नाही."

त्या हल्लेखोरांची जंगलातच विल्लेवाट लागली होती. नंतर दोन वाघ माझ्याजवळ आले होते. मी आकाशला कडेवर घेतले. आमच्याकडे बघत दोन वाघ हवेत परत डरकाळी फोडत निघून गेले.

वाघ गेल्यावर मी विचारात पडलो.

"जायचे कुठे आता?"

अचानक काहीतरी सुचले. मला कळले होते की हे वाघ आपल्यावर हल्ला करत नाही आहेत.ह्यांच्या मागे हळूहळू जाऊ. त्या दोन वाघांच्या मागे हळूहळू आम्ही गेलो. आकाशला कडेवर मी घेतले होते. तेव्हा बराच वेळ झालेला होता. वृशाली आणि सगळा ग्रुप आमची वाट पाहत होते. त्या वाघांच्या मागे जाऊन आम्हाला अखेर आमच्या ग्रुपचा मार्ग दिसला. मी आकाशला घेऊन आलो होतो. आकाशला पाहून सगळ्यांचा जीवात जीव आला होता. पूजाचा कॅमेरा असलेली पिशवी मी दिली. संध्याकाळी उशिरा आम्ही टेंटमध्ये पोहोचलो. आकाश आणि वृशालीताईंना पाहून मला माझे बालपण आठवले. टेंटमध्ये गेल्यावर परत एक कोडं दिसले. तिथे टेंटच्या बाहेर मला वाघाची पावले दिसली. परत मला मला काहीच कळेना. नेमके काय आहे? आणि आत होते काका.....हा माझ्यासाठी मोठा धक्का होता. त्या हल्लेखोरांचा हिशोब चुकता झाला होता.

मी बाहेर आलो. तेव्हा मला कळले की वाघाची पावले टेंटच्या बाहेर कशी? आजूबाजूला का नाहीत? काहीच समजेना मला. महिलांना जय दत्त अवतार वाटत होता.कुणाला तो कृष्ण वाटत होता. तो होताच तसा.प्रचंड हुशार.

अजून एक मोठा धक्का मला मिळायचा बाकी होता. हे सगळे माझ्यासाठी नवीनच होते.आम्ही व्यंकटेश किनारा सोडत असताना जोरात पाऊस सुरू झाला होता. जाताना आम्हाला दूसरा ३० जणांचा ग्रुप दिसत होता. तो आमच्या बोटीजवळून जात होता. तो ग्रुप जात असताना आम्हाला काही ऐकू आले.

"अहो.तिथे रेंज आहे का...लाइट आहे का....असे प्रश्न मला त्या ग्रुपकडून ऐकू येत होते. त्याला मी काहीच उत्तर दिले नाही. कारण असे प्रश्न आम्ही सर्वप्रथम परिक्रमेला जात असताना आमच्या बरोबर असलेल्या काही जणांनी विचारले होते. ते किनारा जवळ आल्यावर माघारी आले. ह्याला नेमके काय म्हणावे?"

त्या पावसात आम्ही निघालो होतो.तेव्हा कुणीतरी आमच्यावर जंगलातून नजर ठेवून आहे असे मला जाणवू लागले होते.माघारी जाताना. जय...तो चालक कमी मित्रच जास्त होता.प्रत्येक क्षणाला तो आम्हाला मार्ग दाखवत होता.तीन दिवस आम्ही त्याच्यामुळे जगायला शिकलो.मोकळेपणे.तो प्रत्येक वेळेस आम्हाला मार्ग दाखवत होता.वाटेत भेटलेले अनोळखी माणसे असो...जंगलात कसे राहायचे ते नियम असो...सगळे तो सांगत होता.शांत असणारा मी अचानक रात्री 12.30ला कसं काय बाहेर गेलो मला समजलेच नाही. एवढे धाडस मी कधीच स्वतःमध्ये पाहिले नाही. तेव्हा मी रात्री पाहिले होते की 14 वर्षाचा आकाश कसा झाडावर बसला होता. तेव्हा मी वाघाला पाहिले. पहिल्यांदा.आयुष्यात. जसा वाघ

तिथून नाहीसा झाला तेव्हा मला आश्चर्य वाटले कारण मी गोळी मारलीच नव्हती. तिथे अजून एक जण होता.तो आम्हाला दिसत नव्हता पण आम्ही त्याला दिसत होतो.त्या वाघावर आणि अस्वलावर नेम धरून बाण सदृश्य वस्तु मारणारी व्यक्ति कोण होती?आम्हाला नाही कळले.मग मला आकाशला घेऊन जाताना समजले होते की बाण फक्त अस्वलावर मारला आहे.कारण तिथे मला अस्वल दिसले होते. मला काहीच समजेना. हे मी कुणालाच सांगितले नाही.आमच्या बरोबर असलेल्या सर्वांच्या आयुष्यात झालेला बदल मी स्वतः पाहिला होता. तिथे अनेक कोडी आहेत जी न सुटलेली आहेत. परतीच्या प्रवासात आणि वाटेत आमची कसोटी होती.परिक्रमा झाल्यावर भल्या पहाटे मला काही अनुभूति दिसल्या.ज्या मी नाहीच सांगू शकत.कारण त्या प्रत्येक व्यक्तिला पटत नाहीत. जाताना सकाळी जय अचानक गेला. तो कुठे गेला समजलेच नाही. मला विश्वास बसत नव्हता.ही अशी गोष्ट मला कुणाला सांगता देखील येईना.

आमचा जुना ग्रुप पुन्हा परिक्रमेला जात आहे. हो त्याचप्ररिक्रमेला..तोच ग्रुप...फक्त जय विना...खूप वर्षांनी..

अजय लिहितालिहिता अचानक थांबतो.

तेवढ्यात फोन वाजतो. अजय फोन उचलतो.

"हॅलो.अजय.मी जय बोलतोय."

अजय हात कानाला लावतो.

अजय,"काय....जय...तू....तुम्ही...."

जय,"हे बघ.मला अचानक सकाळी जावे लागले."

अजयला काहीच काळात नाही.एवढ्या वर्षानी जयचा फोन.

अजय,"सांगून पण गेला नाहीस."

जय,"काही गोष्टी मला सांगता येणार नाहीत."

त्याचाशी अजय बोलतो.बराच वेळ. नंतर अजय फोन ठेवतो.

लांबून अजयला संथ लाटा दिसत होत्या. संथ लाटेच्या मागे खूप मोठी शक्ति असू शकते. अजय विचारात पडतो.

"मी परिक्रमा करत असताना आम्ही सगळे संध्याकाळी शेवटच्या दिवशी टेंटकडे आलो होतो.तिथे आल्यावर मला जमिनीवर वाघाचे पाय दिसले होते.मी घाबरलो होतो....खूप...नंतर माझ्या काही गोष्टी लक्षात आल्या. आत टेंट मध्ये बघितल्यावर मला कळले की आत कोण होते. आत काका एकटे होते. काका एकटे... मला समजले होते. मी गुरुचरित्र वाचले होते सगळे. घरी आल्यावर. खास करून १४वा अध्याय. आमच्या बरोबर आलेला ग्रुप किनारा जवळ आल्यावर

का माघारी गेला? रात्रीच्या वेळेस आकाशवर संकट आले असताना कुणी त्या अस्वलावार बाण मारला? आम्ही जंगलात परत फिरत असताना आम्हाला त्या अज्ञात माणसांपासून कोण वाचवले? ह्याचे उत्तर मला मिळाले होते. साक्षात आमच्या जवळ स्वामींचा अंश होता आणि आम्ही ओळखू देखील शकलो नाही. बरोबर आहे. कोणालाही ते सहसा ओळखता येत नाहीत. देव ओळखता येत नाहीत. कारण आम्ही देव फक्त मंदिरात पाहत आलोय. जय आम्हाला भेटला नाही परत. तो त्याचा शेवटचा फोन. पण तो तर आमच्या सारखा सर्व-सामान्य माणूस होता. त्याला चालक म्हणून बोटीवर पाठवले होते. महाराजांनी...होय ....दत्त महाराजांनी....जे आमच्या जवळ होते तरी आम्ही ओळखू शकलो नाही...टेंटमध्ये..जे आम्हा सर्वांच्यासाठी काका होते...."

अजय थांबतो. दीर्घा...श्वास घेतो. त्याचे डोळे भरून येतात. खूप वेळ....त्याचे हात कापू लागतात....त्याच्या अंगात कंप जाणवू लागतो. अचानक त्याला रडू येते. पण तो आवरतो स्वतःला....नंतर तो पाणी पितो.

काही वेळ अजय थांबतो.

पूजा,"काका असतील का?"

अजय,"माहीत नाही.तुझे अभिनंदन.सर्वाधिक विडियो बघितला गेला ना..."

पूजा मंनापासून हसते,"हो.थँक्स.स्वामींची कृपा आहे ती."

आकाश अजयच्या जवळ येतो. अजय त्याला विचारतो.

"कितविला रे सध्या?"

आकाश हसू लागतो. त्याला ट्रेकचे दिवस आठवू लागतात. बाकीचे पण हसू लगतात. आकाश मोठा झालेला असतो.

अजय पुन्हा लिहू लागतो.

"त्या टेंट मध्ये पाणी आणि अन्न कुठून येत होते ह्याचे कुणालाच उत्तर समजले नव्हते. नंतर समजले. आमच्या समोर साक्षात एवढी मोठी व्यक्ति असताना आम्ही तिला नाही ओळखू शकलो.पण तिला आम्ही पाहू शकलो.तिचे सकाळचे ध्यान आम्हाला अनुभवायला मिळाले. त्याचबरोबर जयचा मी खूप चांगला मित्र झालो होतो.त्याच्या जवळ राहून मला खूपकाही शिकता आले.त्याने निसर्ग आणि जंगल कसे सांभाळायचे त्याचे महत्व सर्वांना पटवून दिले होते.ही परिक्रमा आमच्या नशिबात होती.कारण तेव्हा आमच्याबरोबर असलेल्या कुणाचेच बरे चालले नव्हते.पण, ही परिक्रमा झाल्यावर आमचे आयुष्यच बदलून गेले.परिक्रमा पूर्ण झाल्यावर घरी आलेला अजय वेगळाच होता.हा अजय आणि विजय आणि संजय.आम्ही भाऊ. आमचे पण बरे चालू नव्हते.पण...त्या

*परिक्रमेनंतर असे काही घडले की आम्ही घट्ट एकत्र आलो आहोत. एवढे आम्हाला समजले की तिथे जात असताना क्षणाला क्षणाला तुमची कसोटी असते.ती परीक्षा साक्षात स्वामी तुमची घेत असतात आणि तुम्हाला त्यातून बाहेर पण तेच काढतात. आत्ता आम्ही आई-बाबांना घेऊन पुन्हा परिक्रमेला जात आहे.९ वर्षांनी.तिथे गेल्यावर कळले की कर्म चांगले असेल तर तुमच्या बरोबर तुम्हाला तारुण पुढे घेऊन जाणारा मार्गदर्शक तुम्हाला भेटतोच.तो कसा असेल हे तुमच्या नशिबावर ठरलेले असते. खरे सत्य मला समजले होते. तिथे टेंटमध्ये सध्या काका नव्हते...नव्हते...? ते तिथेच आहेत...सगळीकडे...विविध रूपात....माझे आयुष्य खूप बदलून गेले होते. घरी गेल्यावर. माझ्या आईच्या पुण्याईमुळे माझी परिक्रमा झाली. आणि.महाराज. काय बोलू!..तुमची कृपा अशीच असुदे. जिथे मी चुकलो तिथे मला मार्ग दाखवा. आणि...आमच्या सोबत कायम रहा. तुमच्या मार्गदर्शनाखालीच मला वाटचाल करायची आहे. **श्री. गुरुदेव दत्त. दिगंबरा दिगंबरा श्रीपाद वल्लभ दिगंबरा.**"*

अजय थांबतो.

"अजय.काय लिहीत आहेस?"

"आई.असेच मनातले."

"विजय."

"काही नाही.आई.अजय लिहितोय."

"आम्हाला दे-की वाचायला..."

अजय,"नक्की.आई-बाबा.परिक्रमा पूर्ण झाल्यावर."

बोटीत चालक असतो.तो संथ गतीने बोट चालवत असतो.सगळे शांत असतात.सगळ्याना जयची उणीव भासत असते.

अजय त्याच्या डायरीत लिहून झाल्यावर ती त्याच्या जवळ असलेल्या पिशवीत ठेवतो.विजयकडे कटाक्ष टाकतो आणि...दोघे बोटीत उभे राहून पाहू लागतात. लांबून त्यांना व्यंकटेश किनारा दिसू लागतो. नंतर संजय तिथे येतो आणि तिघे हात घट्ट धरून उभे राहतात. पक्षांचा आवाज येत असतो.नंतर पाऊस पडू लागतो.पूजा पुढचा विडियो शूट करत असते. ती बोट व्यंकटेश किनारा दिसल्यावर थांबते. लगेच सगळे बोटीतून बाहेर येतात आणि एक मोठा घोष करतात.

"दिगंबरा दिगंबरा श्रीपाद वल्लभ दिगंबरा."

तेवढ्यात तिथे जंगलातून ६ फूटी माणूस त्या बोटीवर लक्ष ठेवून असतो. पाऊस वाढतो. प्रवासी उतरल्यावर तो 6 फूटी माणूस तिथून आपल्याबरोबर

असलेल्या वाघांना घेवून जंगलात दिसेनासा होतो.....आणि...वीजांचा कडकडाट आणि वाघांची डरकाळी ऐकू येत राहते...

Made in United States
North Haven, CT
22 August 2025

72014632R00042